महात्मा-भक्त-कवी
सर्वांचे नाम देव

(संत नामदेवांचे जीवनचरित्र व नामरहस्य)
शिकवण, चमत्कार, यात्रा आणि भक्तिसूत्र

'विचारनियम' या बेस्टसेलर पुस्तकाचे रचनाकार

सरश्री

Mahatma-Bhakta-Kavee Sarvanche Naam deo
(Sant Naamdevanche Jeevancharitra va Naamrahasya)
Shikvan, Chamatkar, Yatra aani Bhaktisutra
by Sirshree Tejparkhi
First published in Marathi by Sakal Media Pvt. Ltd.
by arrangement with WOW PPL

महात्मा-भक्त-कवी सर्वांचे नाम देव

(संत नामदेवांचे जीवनचरित्र व नामरहस्य)

शिकवण, चमत्कार, यात्रा आणि भक्तिसूत्र

सरश्री

प्रथम आवृत्ती : जानेवारी २०२१

मुखपृष्ठ : मधुमिता शिंदे

मांडणी व मुद्रितशोधन : अश्विनी महाजन

प्रकाशक : सकाळ मीडिया प्रा. लि.
५९५, बुधवार पेठ, पुणे ४११ ००२

ISBN : 978-93-89834-25-3

संपर्क : ०२०-२४४० ५६७८ / ८८८८८ ४९०५०
sakalprakashan@esakal.com

हे पुस्तक समर्पित आहे
आत्मज्ञानी विसोबा खेचर यांना
ज्यांनी संत नामदेवांची निराकार विठ्ठलाशी
भेट घडवून आणण्याची लीला रचून
आत्मज्ञानी अवस्थेप्रत पोहोचण्याचा त्यांचा मार्ग सुकर केला.

अनुक्रमणिका

नाम माहात्म्य

नाव देव आहे की बंधन?

ज्ञान व भक्ती हे मार्ग अनुसरून आपले नाव सार्थ करणाऱ्या संत नामदेवांच्या जीवनावर आधारित हे पुस्तक आहे. संत नामदेव खऱ्या अर्थाने 'नामदेव' होते. देव म्हणजे अंगी देवत्व असणारे. ज्या शरीरात अहंकार विलीन होऊन दैवी गुण प्रकट होतात व परमचेतना प्रकाशित होते ते शरीर 'देव' ठरते.

नावाशी जोडलेली अशीच एक गोष्ट आहे :

एक प्रामाणिक व सत्त्वगुणी माणूस होता. तो नेहमी इतरांना मदत करत असे. इतरांबद्दल त्याच्या मनात सद्भावना होती. त्याच्या हातून कधीही पापकर्म घडत नसे. पण नेमके अशा माणसाचे नाव 'पापी' ठेवले गेले. या गोष्टीचे मात्र त्याला सतत वाईट वाटे. त्याच्या नावावरून लोक त्याला चिडवत, चेष्टा करत. म्हणजे त्याचे नाव त्याच्यासाठी बंधन ठरले. एके दिवशी त्रस्त होऊन त्याने ते गाव सोडले.

थोडे दूर गेल्यावर त्याला खूप तहान लागली. पाण्याच्या शोधात तो एका विहिरीपाशी पोहोचला. तिथे काही स्त्रिया पाणी भरत होत्या. पाणी भरण्यावरून त्यांच्यात भांडणे सुरू झाली. त्यातील एक जरा जास्तच आक्रमक होती व इतर बायकांना शिवीगाळ करत होती. त्या भांडकुदळ

स्त्रीचे नाव 'शांती' असल्याचे त्यांच्या बोलण्यातून त्याला समजले. त्याला खूप आश्चर्य वाटले. नाव शांती आणि कर्म मात्र अशांतीचे!

आणखी थोडे पुढे गेल्यावर त्याला एक अंत्ययात्रा दिसली. तिरडी घेऊन जाणारे आपसांत बोलत होते, ''अमर खरंतर किती चांगला माणूस होता, पण कसं काय इतक्या लवकर त्याला मरण आले कोणास ठाऊक?'' हे ऐकून त्याच्या मनात विचार आला, 'नाव तर अमर; प्रत्यक्षात मात्र अगदी याच्या उलट घडलंय.' पुढे चालता-चालता त्याला एक अंध माणूस भेटला. त्याने सहज त्याला त्याचे नाव विचारले, तर तो होता 'नयनसुख'! पुढच्या प्रवासात त्याला अशी अनेक माणसे भेटली, जी त्यांच्या नावाच्या विपरीत होती. म्हणजे चंचल स्वभावाच्या माणसाचे नाव होते धीरज... रंगाने काळा असलेल्याचे नाव होते सूरजभान... बुटक्या माणसाचे नाव होते हिमालय... नास्तिकाचे नाव श्रद्धा... आळशी माणसाचे नाव पवन... असे बरेच काही. आपल्याकडे एक म्हण प्रचलित आहे, 'नाव सोनुबाई हाती कथिलाचा वाळा'.

हे सगळे पाहून त्याचे विचार बदलले. त्याला वाटले, 'शेवटी नावात काय आहे? नाव काहीही असलं तरी काय फरक पडतो? आपली कर्म कशी आहेत, चारित्र्य कसे आहे, याला जास्त महत्त्व आहे. मी कधीही पाप केलं नाही. मग माझं नाव पापी असलं तरी त्याने मला काय फरक पडणार आहे?' त्यानंतर त्याची स्वतःच्या नावाबद्दलची तक्रार नाहीशी झाली. अशा प्रकारे नावाच्या बंधनातून तो मुक्त झाला.

एखादे मूल जन्माला आल्यावर त्याचे नामकरण केले जाते. आईवडील, आप्त आपल्या आवडीनुसार बाळाचे नाव ठेवतात. नाव ठेवण्यामागे त्यांची एक विशिष्ट भावना असते. बऱ्याचदा मुलांची नावे देवी-देवतांच्या नावावरून ठेवली जातात. उदाहरणार्थ, शिवशंकर, मनमोहन, गौरी, गजानन, मोहम्मद, विठ्ठलदास, ओंकार, नारायण इत्यादी. अशी नावे ठेवण्यामागे मुख्य हेतू असे, की निदान मुलांना हाका मारताना तरी देवाचे नाव घेतले जाईल किंवा मुलांच्या अंगी त्या देवतेचे गुण उतरतील. हेतू कितीही चांगला असला तरी प्रत्यक्षात ईश्वराची आठवण येते का?

'विठ्ठल' नाव असलेल्या एखाद्या मुलाच्या आईला त्याला 'विठ्ठल' म्हणून हाक मारताना आपल्या मुलाचीच आठवण येते. पण जेव्हा एखादा विठ्ठलभक्त

आर्ततेने विठ्ठलाला साद घालतो तेव्हा तो त्या परमचेतनेशी जोडला जातो. त्या ठिकाणी नाव जरी एकच असले तरी त्यामागचा भाव मात्र वेगळा असतो.

प्रत्येकाला ओळखता यावे म्हणून एखादे नाव ठेवले जाते. त्याची सार्थकता तुमचे जीवन ठरवते. तुम्ही स्वतःला काय समजून जगत आहात, याला महत्त्व आहे. नुसत्या नावाला किंवा त्याच्या उच्चाराला महत्त्व नाही. नामदेवांनी आपले नाव सार्थ केले. ज्ञानदेव खऱ्या अर्थाने ज्ञानाची देवता झाले, सिद्धार्थ बुद्धत्वाचे प्रतीक ठरले. संतत्व प्राप्त झाल्यानंतर वाल्मिकी ज्ञान व भक्ती यांचे प्रतीक बनले.

थोडक्यात काय; तर तुमचे नाव मुक्तीचे साधन ठरू शकते. मग ते जोतिषशास्त्रानुसार किंवा अंकशास्त्राच्या चौकटीत बसणारे नसले तरीही! कारण सगळी नावे ईश्वराचीच आहेत. स्वतःच्या तसेच इतरांच्या नावाच्या बंधनात कधीही राहू नका. उलट, तेच नाव सत्याची आठवण कशी करून देईल याचा विचार करा. प्रत्येक नाव स्वानुभवाशी जोडा. असे करू शकलात तर तुमच्या नावातही देवत्व येईल.

नामदेवांमधील दिव्य वैशिष्ट्य आचरणात आणा. त्यांच्याप्रमाणे फलासक्त न होता कर्म करा. सगुण साकाराकडून निर्गुण निराकाराची भक्ती करा. अंतरंगात सतत ईश्वरीय अनुभवाची ज्योत तेवत राहू द्या. तुमचे जीवन धन्यवादाच्या भावनेने ओथंबून जाऊ द्या. तुमचे मन कृतज्ञतेच्या भावनेने ओतप्रोत भरू द्या.

असे झाले तर प्रत्येकाचे नाव 'देव' हेच आहे.

महाराष्ट्राला संतांची भूमी म्हणून ओळखले जाते. पुरातन काळापासून अनेक संतांनी आपल्या सत्कर्मांतून परमेश्वराप्रति निष्ठा, प्रेम व भक्ती जागृत ठेवली. आजमितीला अनेक संशोधक अशा संतांच्या जीवनाचा शोध घेत आहेत. कधी-कधी त्यांच्यात मतभेदही होतात. पण या पुस्तकाचा उद्देश हे सिद्ध करण्यासाठी नसून लोकांमध्ये शुद्ध प्रेम, भक्ती व चेतना जागृत करणे हाच आहे.

खंड १
संत नामदेवांचे जीवनचरित्र

अध्याय १

नावाचे श्रेष्ठत्व

नामदेवांचा जन्म

'नावांत काय ठेवलंय, खरंतर कर्म महत्त्वाचं आहे', असे नेहमीच म्हटले जाते. हे अगदी बरोबर आहे. माणसाचे नाव काहीही असले तरी त्याच्या कर्मावरून त्याला ओळखले जाते. परंतु जगात अशा विभूती होऊन गेल्या आहेत, ज्यांचे नाव उच्चारताच एखादे कर्मवैशिष्ट्य समोर येते. उदाहरणार्थ, मीरा हे नाव कानावर आले की मन कृष्णभक्तीने ओतप्रोत भरून जाते. तुलसीदास म्हणताच सगळे काही राममय होऊन जाते. कबीराच्या नावाबरोबर निर्गुण भक्तीचा स्पर्श होतो, नामदेवांचे नाव घेताच मन 'विठ्ठल-विठ्ठल' म्हणत डोलू लागते. जणू काही नामदेवांच्या नावातच नियतीने एक ईश्वरी संकेत रुजवला होता; तो म्हणजे मायेच्या पाशातून मुक्ती प्राप्त करण्याचा संकेत! नामदेवांच्या जीवनात लहानपणापासूनच तो दृश्य रूपात दिसून येत होता. पुढे जाऊन नामदेवांचे जीवन जगासमोर आदर्श ठरले.

नामदेव सुरुवातीला फक्त एक नाव होते; पण नामदेव महाराजांनी ते नाव देवतुल्य बनवले, ते नाव सगुणापासून सुरू होऊन निर्गुणाच्या मार्गावरून थेट अंतिम सत्यापर्यंत, मोक्षप्राप्तीच्या ध्येयापर्यंत पोहोचवणारी विचारधारा बनले.

अशा या अलौकिक नामदेवांची जन्मकथा वाचू या.

नामदेवांची जन्मकथा

संत नामदेवांचा जन्म इ.स. १२७०[१]मध्ये महाराष्ट्रातील नरसी-बामणी या गावात झाला. त्यांच्या आईचे नाव गोणाई, तर वडिलांचे नाव दामाशेटी होते. त्यांचे वडील

व्यवसायाने शिंपी होते. ते कपडे शिवत. कपड्यांच्या विक्रीवर त्यांचा उदरनिर्वाह होत असे. त्यांचे पूर्वज, परिवारातील सदस्य विठ्ठलभक्त होते. नित्यनेमाने ते पंढरपूरची यात्रा करत. दामाशेटी इतके विठ्ठलभक्त होते, की त्यांनी कधीही पंढरीची वारी चुकवली नाही. काम करतानाही ते अखंड नामस्मरण करत असत. विठ्ठलाला नैवेद्य दाखवल्याशिवाय ते कधीही अन्नग्रहण करत नसत. त्यांची पत्नी गोणाईसुद्धा त्यांचे अनुकरण करत असे.

त्यांना आऊबाई नावाची एक मुलगी होती; तरी पुत्रप्राप्तीसाठी ते मनोमन विठ्ठलाची आराधना करत होते. परंतु ती काही पूर्ण होत नव्हती. असे असूनही त्यांच्या मनातील विठ्ठलभक्ती तसूभरही कमी झाली नाही. ते दोघे विठ्ठलभक्तीत इतके रममाण झाले होते, की जणू काही परमेश्वराला त्यांची प्रार्थना ऐकावीच लागली आणि त्यांना पुत्रप्राप्ती झाली.

ते सतत प्रार्थना करत, 'हे ईश्वरा, आम्हांला असा पुत्र व्हावा, जो तुझा परमभक्त होईल.' या प्रार्थनेच्या परिणामस्वरूप त्यांच्या घरात नामदेवांच्या रूपाने भक्तीने ओतप्रोत दिव्यात्म्याने जन्म घेतला. विठ्ठलाच्या नामस्मरणाचे या दाम्पत्याला मिळालेले फळ म्हणजे ही पुत्रप्राप्ती. म्हणून त्या बालकाचे नामकरण करण्यात आले 'नामदेव'.

अशा प्रकारे दामाशेटी व गोणाई यांच्या निमित्ताने महाराष्ट्राच्या भूमीवर भक्तिसूर्यांचा उदय झाला. दामाशेटींचा आनंद गगनात मावेना. या आनंदात गावातील सर्व लोक सामील झाले होते.

संत जनाबाई एक महान भक्त आणि त्यांची शिष्याही होती. संत जनाबाईने नामदेवांची जन्मघटना आपल्या एका अभंगात[२] लिहिली आहे. त्या म्हणतात, 'गोणाईने पुत्रप्राप्तीसाठी विठ्ठलाला प्रार्थना केली. तिचे शुद्ध भाव पाहून विठ्ठलाने नामदेवाला त्यांच्या ओटीत घातले. हे पाहून दामाशेटी हरखून गेले. जनाबाईने त्यांना ओवाळले.'

अशा या महान संतांच्या जन्मकथेमागे असलेली समज लक्षात घेऊ.

---

१ संत नामदेवांच्या जीवनावर आजपर्यंत अनेक ग्रंथ प्रकाशित झाले आहेत. त्यामध्ये त्यांच्या जन्मतिथीबद्दल विविध मतांतरे आहेत. वाचकांना नम्र विनंती आहे, की याकडे दुर्लक्ष करून तुमची नजर सत्य ज्ञानाकडे असू द्या.

२ गोणाईने नवस केला। देवा पुत्र देई मला।। शुद्ध देखोनिया भाव।
पोटी आले नामदेव।। दामाशेटी हरुषला। दासी जनीने ओवाळीला।।

नामस्मरणाचे महत्त्व व त्याचा प्रभाव

जगात विनाकारण काहीच घडत नाही. प्रत्येक गोष्टीमागे काही ना काही अर्थ असतो, एक दिव्य योजना असते. घटना घडण्यामागे काही कारण असते. नामदेवाच्या नावातसुद्धा नामस्मरणासारख्या भक्तिमार्गांचा महिमा दडला होता. मोठेपणी नामदेवांनी आपल्या चारित्र्याने हे नाव सार्थ केले. आजच्या कलियुगाकडे पाहून आपल्या पूर्वीच्या संतांनी म्हटले होते, की 'ईश्वराचे फक्त नामस्मरण केले तरी माणसाची आध्यात्मिक उन्नती होऊ शकेल. ईश्वरप्राप्तीसाठी ही अतिशय सहज, सरळ व शक्तिशाली साधना आहे.' हे असे का म्हटले आहे, याची कारणमीमांसा पाहू.

एके काळी ईश्वरप्राप्तीसाठी जप-तपाचे खूप खडतर नियम व विधी होत्या. सत्यप्राप्तीसाठी लोक मोठमोठ्या साधना करत. घराचा, परिवाराचा त्याग करून दूर जंगलात - पहाडावर जाऊन, संसाराचा त्याग करून गुरूच्या आश्रमात जाऊन राहत व ज्ञान प्राप्त करून घेत. त्या काळी अशी प्रथा होती, की अशा सत्यसाधकांची, त्यांनी त्याग केलेल्या त्यांच्या परिवाराच्या पालनपोषणाची जबाबदारी सामान्य गृहस्थाश्रमी लोक व राजकीय सूत्रे सांभाळणारे लोक घेत असत, ते त्याला आपला धर्म समजत. त्यांच्यासाठी हा सेवामार्ग एक प्रकारे मुक्तीचे साधन होता. त्यामुळेच सत्यसाधक निश्चिंतपणे आपल्या साधनेत रममाण होऊ शकत होते.

मात्र, कलियुगाचा प्रारंभ होताच काळ बदलला. राजा व प्रजा धर्म विसरून स्वार्थी बनले. त्यामुळे सत्यसाधकांच्या परिवारापुढे आजीविकेचा प्रश्न उभा राहिला. स्वतःच्या व परिवाराच्या पालनपोषणाच्या जबाबदारीच्या चिंतेने ग्रस्त झालेला सत्यसाधक इच्छा असूनही ईश्वरप्राप्तीची साधना कसा करू शकणार?

काळाची गरज व या अडचणी ओळखून आत्मसाक्षात्कारी संतांनी अध्यात्माचा मार्ग सोपा केला, नामस्मरणाचा मार्ग सांगितला. ईश्वराच्या ज्या रूपाबद्दल मनात श्रद्धा व भक्ती जागृत होईल त्या रूपाचे नामस्मरण केले तर मुक्ती मिळते. हा ईश्वराच्या जवळ पोहोचण्याचा अत्यंत सहज सोपा मार्ग ठरला. संत तुलसीदास, मीरा, चैतन्य महाप्रभू यांसारख्या महान भक्तांनी हाच मार्ग अवलंबला. नामस्मरणाचा महिमा सांगत संत तुलसीदास म्हणतात,

कलयुग केवल नाम अधारा,
सुमिर-सुमिर उतर ही नर पारा।।

याचा अर्थ, एखादा जप-तप, साधना, सत्कर्म, ज्ञान, भक्ती व विवेक हे सारे मार्ग अनुसरत नसेल; परंतु त्याने नामस्मरणाचा मार्ग अवलंबला तर तो निश्चितच मायेचा हा भवसागर पार करू शकेल.

जीवनाच्या ओढाताणीने, चिंतेने व्यस्त असलेल्या माणसाला संत कबीर आपल्या दोह्यातून सांगतात,

पाँच पहर धन्धे गया, तीन पहर गया सोए,

एक पहर हरिनाम बिन, मुक्ति कैसे होए।।

२४ तासांच्या दिवसाची आठ प्रहरांत विभागणी केली आहे. कबीर म्हणतात, 'आठ प्रहारांपैकी पाच प्रहर आजीविका सांभाळण्यात तर तीन प्रहर झोपण्यात जातात. अशा प्रकारे पूर्ण दिवस निघून जातो. दिवसभरात एखादा प्रहर तरी नामस्मरण करा. त्याशिवाय मुक्ती कशी मिळेल?''

नामाची कार्यक्षमता

आता प्रश्न असा आहे, की नामाचे कार्य कसे चालते? नाम त्या परमचेतनेचे म्हणजेच ईश्वराचे घर आहे. नामस्मरणाने थेट त्याच्याशी अनुसंधान जोडले जाते. नामामुळे ईश्वराची ओळख पटते. ही ओळख, हे अनुसंधान मुक्तीचा मार्ग दाखवते. नामस्मरणाने ईश्वराशी जोडले जाताच मनातील दुःखी विचार दूर होऊन ईश्वराच्या गुणांवर व भक्तीवर लक्ष केंद्रित करण्याची कला प्राप्त होते. या सकारात्मकतेमुळे मन रिक्त होऊ लागते व ईश्वरीय कृपा ग्रहण करण्याची क्षमता तयार होते. पुढचे काम ईश्वरीय कृपेने साध्य होते. फक्त गरज असते साक्षी भावनेने बघण्याची! नामदेवांचे आईवडील नामस्मरणामुळे सतत विठ्ठलाच्या सान्निध्यात राहिले, त्याच्या कृपेचे साक्षीदार बनले.

नामदेव महाराज वारकरी संप्रदायाचे प्रमुख प्रचारक मानले जातात. त्यांच्या विलक्षण कार्यप्रणालीमुळे 'विठ्ठल' हे नाव प्रसिद्ध झाले. संत नामदेवांचे नाम व काम एकाच दिशेने होते. कित्येकदा अनेकांचे नाव अर्थपूर्ण असते; मात्र त्यांचे काम नावाच्या विपरीत असते आणि निरर्थक कामे करून ते पृथ्वीवरून निघून जातात. त्यांचे नाव फक्त जन्म-मृत्यूच्या दाखल्यावरच राहते. परंतु नामदेवांसारख्या संतांचे नाव आजही लाखो-करोडो लोकांच्या हृदयात कोरले गेले आहे.

नामाची अकार्यक्षमता

नामाची खरी ओळख पटताच नामस्मरणाने त्या ईश्वराशी संधान जुळते, भाव प्रकट होतो. कोणतेही नाम घ्या; पण त्यामागील भाव महत्त्वाचा आहे. आपल्या रोमारोमांतून, आर्ततेने ईश्वराचे नामस्मरण होते तेव्हाच ते फलित होते.

लोक नामाचा मंत्र घेऊन नामस्मरण करतात. पण, नामाचीच ओळख नसेल तर नुसते नामस्मरण करून काय उपयोग? ईश्वराला जाणल्याशिवाय मंत्रदेखील कुचकामी ठरतो. म्हणूनच गुरूद्वारे मिळालेला मंत्र; मग तो छोटा का असेना, महान कार्य करतो. कारण त्या मंत्राबरोबर गुरूचा विश्वास व निष्ठा काम करते. त्यामुळे भाव जागृत होतो.

काही जण देवाच्या नावावरून स्वतःच्या मुलांची नावे ठेवतात. उदाहरणार्थ, राम... श्याम... महादेव. त्यायोगे परमेश्वराचे नाव मुखातून येईल व नामस्मरणाचे पुण्य मिळेल, हा उदेश असतो. पण असे होत नाही. कारण नामामागची भावना मुलांशी निगडित असते, ईश्वराशी नाही. त्या नावामुळे मुलांची ओळख होते, ईश्वराची नाही. त्यामुळे हे नामस्मरण फलित होत नाही.

प्रार्थना रहस्य

नामदेवांचा जन्म होण्यामागे प्रार्थनेचे खूप महत्त्व होते. प्रार्थना पूर्ण होण्यामागे भाव, विश्वास व निरंतरता यांचे मोठे योगदान होते. दामाशेटी व गोणाई यांच्या प्रार्थनेत या तीनही गुणांचे प्राबल्य होते. ते दोघे सातत्याने, विश्वासाने, भावपूर्णतेने प्रार्थना करत होते. बरेच दिवस झाले तरी प्रार्थना फलित झाली नाही; तरीसुद्धा त्यांच्या विठ्ठलभक्तीत किंचितही फरक पडला नाही. तेवढ्याच तन्मयतेने ते विठ्ठल-भक्तीत रंगून जात असत. मोठ्या भक्तिभावाने, सजगतेने ते विठ्ठलाची आळवणी करत, 'हे विठ्ठला, आम्हांला असा पुत्र व्हावा, जो तुझा महान भक्त असेल.'

आधुनिक काळात लोक ईश्वराला प्रार्थना करतात, 'माझा मुलगा गोरा असू दे... त्याचं नाक सरळ असावं... तो सुंदर दिसावा...'

खूप कमी लोक 'कबीरासारखा मुलगा होऊ दे, मीरेसारखी मुलगी होऊ दे' अशी प्रार्थना करतात. परंतु दामाशेटी व गोणाई यांनी सजग राहून योग्य प्रकारे ईश्वराकडे प्रार्थना केली. आनंदाने आणि विश्वासाने केलेल्या प्रार्थनेचे फळ नक्कीच मिळते, जसे या दोघांना मिळाले.

या प्रकरणामध्ये अजून एक गोष्ट प्रामुख्याने शिकायला मिळते, ती म्हणजे कधी-कधी प्रार्थनेचे फळ उशिरा मिळते. याचा अर्थ प्रार्थना करून काही उपयोग नाही, असा नसून एखाद्या मोठ्या अभिव्यक्तीसाठी तुमची तयारी करून घेतली जात आहे, असा आहे. ईश्वर तुम्हांला धैर्य, निरंतरता व विश्वास याचे प्रशिक्षण देत असतो. त्यामुळे निराश होऊ नका. उलट, जी गोष्ट सतत प्रार्थना करून विलंबाने मिळते, त्याचे मूल्य अधिक असते.

अजून एक गोष्ट, प्रार्थना करा व ईश्वरावर सोपवून निश्चिंत राहा. दिव्य योजनेनुसार जे मिळणार आहे ते तर मिळणारच आहे आणि नाहीच मिळाले तर लक्षात घ्या, यात तुमचेच भले होणार आहे. नियती तुमच्याकडून अजून काही कार्य करवून घेणार आहे. पूर्ण विश्वासाने ईश्वराच्या इच्छेचा स्वीकार करा.

पूर्ण रिक्त व्हा

विश्वात ईश्वराच्या दिव्य योजनेनुसार सर्व काही घडत असेल तर प्रार्थना कशासाठी करायची, असा प्रश्न काही लोकांच्या मनात निर्माण होतो. हे जग ईश्वराच्या इच्छेनुसार चालते, हे सत्य आहे. तरीसुद्धा प्रार्थना अनिवार्य आहे. हे एका उदाहरणावरून समजून घेऊ.

एकदा आईने आपल्या मुलाला सांगितले, ''स्वयंपाकघरातून एक भांडं घे व बाजारात जाऊन दूध घेऊन ये.'' त्याने घेतलेल्या भांड्यात पाणी भरून ठेवले होते. पण आईने पाणी ओतायला सांगितले नव्हते, म्हणून पाण्याने भरलेले भांडे घेऊन तो दूधवाल्याकडे गेला. दूधवाल्याने भांडे रिकामे करायला सांगितले. कारण रिकाम्या भांड्यातच दूध घेता येणार होते. हेच आहे प्रार्थनेचे रहस्य! कृपा प्राप्त होण्यासाठी अविश्वास, संशय, भीती यांनी भरलेले मन रिक्त होण्याची आवश्यकता असते. प्रार्थना हे घडवून आणते, समर्पित होण्यास मदत करते.

असे मन कृपा ग्रहण करण्यासाठी पात्र बनते. दुसऱ्या शब्दांत सांगायचे झाल्यास प्रार्थना तुम्हांला ईश्वराच्या कृपेशी जोडते; जेणेकरून तुम्ही कृपा ग्रहण करू शकता.

❑❑❑

अध्याय २

बालक 'नामा'
निरागस भक्ती

एक म्हण प्रसिद्ध आहे, 'बाळाचे पाय पाळण्यात दिसतात.' म्हणजे बाळाच्या बाळलीला, वागणे पाहून याचे भवितव्य कसे असेल, याच्यावर कोणत्या संस्कारांचा प्रभाव असेल, याचा अंदाज येतो. संत नामदेवांचे जीवन ईश्वरभक्तीचे असाधारण उदाहरण बनेल, हे त्यांनी बालपणीच दाखवून दिले. या प्रकरणात त्यांच्या बालपणीची भक्तिपूर्ण स्थिती लक्षात घेऊ.

छोट्या 'नामा'ची भक्ती

नामदेवांना लहानपणी लाडाने 'नामा' म्हणत. त्यांची आई त्यांना प्राचीन ऋषीमुनींच्या, भक्तांच्या पौराणिक कथा सांगत असे; जेणेकरून लहानपणीच त्याच्यावर चांगले संस्कार व्हावेत. घरदार सोडून त्याने साधू-संन्यासी बनावे असे तिला वाटत नसे. त्याने आपल्यासारखेच प्रपंचात राहून, भक्त बनून आपले जीवन धर्मनि व मर्यादित राहून जगावे, असे वाटत असे.

भक्त-प्रवृत्ती असलेल्या आईवडिलांमुळे भक्तीचे बाळकडू त्यांना लहानपणीच मिळाले होते. छोटा नामा दररोज आईवडिलांबरोबर विठ्ठल मंदिरात जात असे. विठ्ठलदर्शनाने त्याच्या दिवसाची सुरुवात होई. आईवडिलांच्या सांगण्यावरून विठ्ठलाच्या मूर्तीला तो मोठ्या आदराने, प्रेमाने नमस्कार करत असे.

वास्तविक लहान मुले खूप चंचल असतात. पण नामा लहानपणापासूनच एकाग्र होता. विठ्ठलाच्या मूर्तीकडे तो एकाग्रतेने पाहत असे. विठ्ठलाच्या डोळ्यांकडे

एकटक निरखून बघत राही. हात जोडून भक्तिभावाने मूर्तीला नमस्कार करत असे. भजन-कीर्तनात रंगून जाई. भजनांचे शब्द कानांवर पडताच आपल्या छोट्या-छोट्या हातांनी ठेका धरत असे. आरतीच्या वेळी तर त्याचा उत्साह ओसंडून वाहत असे. छोटा नामा धडपडत चालण्याचा प्रयत्न करत असे. हळूहळू त्याने धावायला सुरुवात केली. ज्या वयात इतर मुले खेळण्या-बागडण्यात, मजेत, मस्ती करण्यात वेळ घालवत होती, त्या वयात नामदेव भजन-कीर्तनात दंग राहत होता, विठ्ठलाच्या मूर्तीकडे बघण्याचा त्याला छंद लागला होता.

इतर मुलांवर खेळण्या-बागडण्याचे, मौज-मस्तीचे संस्कार होत होते, तेव्हा नामदेवावर भक्तीचे संस्कार होत होते. त्यामुळे त्याचे हृदय प्रेमाने व करुणेने भारून गेले होते. ही तर महाराष्ट्राच्या भूमीत एका महान संताच्या जन्माची पूर्वतयारी होती.

मुलावर गर्भसंस्काराचा परिणाम

गर्भाशयात वाढणाऱ्या मुलावर आईच्या मनःस्थितीद्वारे जे संस्कार होतात ते खूप महत्त्वाचे असतात, हे तर सर्वश्रुत आहे. एक प्रकारे ते मुलाच्या व्यक्तित्वाचा, विचारांचा पाया असतात. यासाठी गर्भवतीला सत्संगात जाण्याचा, चांगल्या गोष्टी ऐकण्याचा, आनंदी राहण्याचा सल्ला दिला जातो. गर्भातील बाळावर त्यांचा चांगला परिणाम होतो.

भक्त प्रल्हादांचा जन्म राक्षस कुळामध्ये झाला होता. परंतु त्यांचा गर्भस्थ काळ परमभक्त नारदमुनींच्या आश्रमात व्यतीत झाला होता. आश्रमातील भक्तिमय वातावरण व नारदमुनींकडून होणारा 'नारायण-नारायण' जप यामुळे प्रल्हादामध्ये नारायण भक्तीचे बीज अंकुरित झाले.

हीच गोष्ट नामदेवांच्या बाबतीतही घडली. त्यांची आई गर्भवती असताना सतत ईश्वराच्या नामस्मरणात, सत्संगात व प्रार्थनेत तल्लीन असे. त्याचाच परिणाम गर्भस्थ नामदेवांवर झाला.

तुमच्याकडून होणारे चिंतन, विचारांमधील परिवर्तन ही एका दिवसात घडणारी गोष्ट नाही, हे वरील उदाहरणातून लक्षात घ्यायला हवे. याचा अर्थ असाही नाही, की गर्भधारणा झाल्यावर गर्भसंस्कार चांगले होण्यासाठी लगेच ईश्वरध्यान, प्रार्थना, चांगली पुस्तके वाचण्याचा परिपाठ सुरू करावा. नामदेवांची आई आधीपासूनच भक्त होती. सकारात्मक विचार करत होती म्हणून गरोदरपणीसुद्धा सहजपणे ती हे करू शकली. ज्या स्त्रियांची वृत्ती नेहमी इतरांची निंदा-नालस्ती करण्यावर, इतरांच्या

अवगुणांवर केंद्रित असते, अशा स्त्रियांच्या मुलांवरसुद्धा तसेच संस्कार होतात. म्हणून आपली पुढची पिढी चांगली, चारित्र्यवान, सुसंस्कारी व्हावी असे वाटत असेल, तर वेळात वेळ काढून तुम्ही आधी स्वतःला तसे घडवले पाहिजे.

सत्संगाचे महत्त्व

माणसाच्या व्यक्तिमत्त्वावर संगतीचा मोठा परिणाम होत असतो; विशेषत: कुटुंबातील सदस्यांच्या संगतीचा! ज्यांच्या संगतीत माणूस जास्त काळ राहतो, तसा तो घडतो. संत नामदेवांच्या बाबतीतही असेच घडले. संत नामदेवांच्या मनात बालपणापासूनच भक्तीचे भाव होते. याचे मूळ कारण त्यांच्या कुटुंबातील सदस्यांची संगत हे होते.

मूल गर्भावस्थेत असताना घरातील लोक त्याच्यावर होणाऱ्या संस्कारांबद्दल खूप जागरूक असतात. मूल जन्माला आल्यानंतर मात्र पुन्हा मूळ प्रवृत्तीकडे वळतात. आपले मूल सुसंस्कारी असावे, त्याच्यामधील सद्गुणांचा विकास व्हावा, अशी प्रत्येक आईवडिलांची इच्छा असते. त्यासाठी त्याला सतत उपदेशाचे डोस पाजले जातात. अमुक कर... तमुक करू नको... तुला असेच वागावे लागेल... परंतु मुलगा काही ऐकत नाही. याचे मूळ कारण आईवडील त्या गोष्टी स्वतःच्या जीवनात उतरवत नाहीत. उपदेश फक्त बोलण्यापुरताच असतो, व्यवहारात काही उतरत नाही. बोलणे आणि करणे यात महदंतर असते.

मुले जे बघतात त्याचेच अनुकरण करतात. नुसते सांगून काही होत नाही. तुम्हांला तुमच्या मुलाला सुसंस्कृत, गुणवान बनवायचे असेल, तर आधी स्वतःलाच तसे बनावे लागेल. त्याच्यासमोर तुमचे उदाहरण ठेवावे लागेल. नामदेवांसमोर त्यांच्या आईवडिलांचा आदर्श होता. तुम्हांला तुमच्या इच्छेनुसार मुलांना घडवायचे असेल तर तसा आदर्श त्यांच्यासमोर ठेवा.

जसे लहानपण, तसे जीवन

लहानपणी मुलांवर जे संस्कार होतात तेच पुढे आयुष्यभर टिकतात, त्यानुसार त्यांच्या आयुष्यात घटना घडतात, तशीच माणसे त्यांच्या जीवनात आकर्षित होतात, हे मनोविज्ञानाने असे सिद्ध केले आहे. लहानपणीच मनावर पावित्र्य, शुद्धता, शांती व भक्ती यांचे संस्कार उमटले असतील तर परिणामस्वरूप जीवनही तसेच घडेल. याउलट, लोभीपणा, लालची वृत्तीचे संस्कार झाले असतील तर याचा नकारात्मक परिणाम जीवनावर नक्कीच दिसून येईल.

संत नामदेवांचे बालपण विठ्ठलभक्तीने भारून गेले होते. त्यामुळे विठ्ठलभक्तीचे संस्कार त्यांच्या मनात खोलवर रुजल्यामुळे त्यांचे संपूर्ण जीवन भक्तिमय झाले. पुढे त्यांना संत जनाबाई, संत ज्ञानेश्वर, विसोबा यांसारख्या महान संतांचा सहवास प्राप्त होणार होता, ज्यामुळे त्यांची भक्ती पराकोटीला पोहोचणार होती.

मनन प्रश्न

तुमच्या जीवनात ज्या घडना घडतात, जे लोक आकर्षित होतात, त्यावरून तुमच्यावर झालेले संस्कार शोधून काढा.

कार्ययोजना

तुम्हांला जसे बनावेसे वाटते तशाच लोकांच्या संगतीत राहा.

❑❑❑

अध्याय ३

ईश्वरासमवेत पहिला साक्षात्कार
तुझे तुला अर्पण

दिव्य योजनेनुसार संतांचे आगमन भूतलावर होते. लोकांच्या मनात ईश्वराबद्दल विश्वास, श्रद्धा व भक्ती जागृत करणे हा त्यांच्या जीवनाचा उद्देश असतो. जवळजवळ सर्व आत्मसाक्षात्कारी संतांच्या व भक्तांच्या बाबतीत प्रचलित असलेल्या कथा तार्किकदृष्ट्या खऱ्या वाटत नाहीत. बुद्धीच्या स्तरावरून त्या गोष्टींमधील रहस्यं व सार समजत नाही. कारण हा समाधी-अवस्थेतून आलेला अनुभव असतो. त्या स्वानुभवाच्या गोष्टी असून अनुभवाद्वारेच त्या जाणता येतात. अशा कहाण्या सांगणाऱ्यांनाही ते माहीत नसते, की जे घडले ते का घडले, कसे घडले? जी मूळ (खरी) गोष्ट आहे, ती गोष्टीरूपाने सांगता येत नाही आणि सांगितली तरी ती समजत नाही. म्हणून अशा गोष्टी चमत्काराच्या रूपात सांगितल्या जातात.

संत ज्ञानेश्वरांनी रेड्याच्या मुखातून वेदांचे उच्चारण करून घेतल्याची घटना असो अथवा मीरेचे कृष्णाच्या मूर्तीत विलीन होणे असो वा छोट्या नामदेवांच्या हातून साक्षात विठ्ठलाने प्रसाद ग्रहण केल्याची घटना असो... या गोष्टींचे दाखले देता येत नाही. परंतु या गोष्टींमधील सार समजून घेऊन भक्ती नक्कीच वृद्धिंगत होऊ शकते.

आता संत नामदेवांच्या बाल्यावस्थेतील एका अद्भुत गोष्टीचा आनंद घेऊन त्यातील रहस्य समजून घेऊ.

बाळ नामदेवाने नैवेद्य दाखवणे

नामदेवाचे वडील महान विठ्ठलभक्त होते. दुपारचे जेवण करण्यापूर्वी ते विठ्ठल मंदिरात जात. घरात शिजवलेल्या अन्नाचा नैवेद्य विठ्ठलाला दाखवत. नैवेद्य दाखवल्याशिवाय ते स्वत: अन्नग्रहण करत नसत व घरच्यांनाही जेवण्यास मनाई करत. संत नामदेवांची आई गोणाईसुद्धा भक्तिभावाने विठ्ठलासाठी नैवेद्याचा स्वयंपाक तयार करत असे.

एके दिवशी दामाशेटीला काही महत्त्वाच्या कामानिमित्त बाहेरगावी जायचे होते. म्हणून त्यांनी पत्नीला सांगितले, ''आज नामदेवाच्या हातून विठ्ठलाला नैवेद्य दाखव.'' स्वयंपाक तयार झाल्यावर गोणाईने नामाला सांगितले, ''नामा, आज तू मंदिरात जा आणि विठ्ठलाला नैवेद्य दाखव.''

नैवेद्याचे ताट घेऊन नामा मंदिरात आला. विठ्ठलाच्या मूर्तीसमोर चौकोनी आकाराचा एक दगड होता. त्यावर नैवेद्याचे ताट ठेवून तो म्हणाला, ''विठ्ठला, तुझ्यासाठी भोजन आणलं आहे.''

त्याच्या दृष्टीने विठ्ठलाची मूर्ती निर्जीव, अचेतन मूर्ती नव्हती. तो खरंच त्या मूर्तीत सजीव विठ्ठलाला बघत होता. म्हणून पुन्हा आर्जव करत तो विठ्ठलाला म्हणाला, ''विठ्ठला, आता आम्हांलाही जेवायचं आहे. तुझ्या जेवणाचीही वेळ झाली आहे. तू जेवण कर. आता उशीर करू नकोस.''

एक निरागस भक्त ईश्वराची आळवणी करत होता. आपले दोन्ही हात जोडून तो कळकळीने प्रार्थना करू लागला, ''हे बघ देवा, घरात सगळे जण उपाशी आहेत. सर्व जण तुझ्यासाठी जेवायचे थांबले आहेत. माझी आई, बहीण बाहेरगावी गेले आहेत. वडील भुकेलेले आहेत. मलासुद्धा खूप भूक लागली आहे. तू लवकरात लवकर हा नैवेद्य ग्रहण कर.'' त्याच्या प्रार्थनेतील कळकळ अजूनच वाढली. निरागसतेबरोबर आता आग्रहही दिसून येत होता. एखादा लहान मुलगा जसा आपल्या आईकडे हट्ट करतो, तसाच हट्ट तो विठ्ठलासमोर करू लागला. विठ्ठल मात्र दोन्ही हात कमरेवर ठेवून शांतपणे उभा होता. त्याच्याकडून कोणताच प्रतिसाद येईना.

आता मात्र नामदेवाच्या भक्तीने कळस गाठला. त्याने विठ्ठलाला शेवटची विनंती केली, ''हे देवा, आता जर तू जेवला नाहीस, तर मी याच दगडावर माझं डोकं आपटून घेईन.'' असे म्हणून नामा उठून उभा राहिला. दगडावर डोकं आपटून घेण्यासाठी तो खाली वाकला. इतक्यात त्याच्या कानावर शब्द पडले, ''थांब, नामा!''

उत्सुकतेने नामाने वर पाहिले आणि तो बघतच राहिला. स्वत: विठ्ठलच देहावतार घेऊन नामासमोर उभा होता. ''असं करू नकोस, नामा! तुझं प्रेम पाहून मी तृप्त झालो आहे; तरीसुद्धा मी नैवेद्य स्वीकारतो.'' नामा उत्तरला, ''देवा, हा सगळा नैवेद्य संपवून टाका. एक कणही पानात शिल्लक ठेवू नका. माझी आई म्हणते आपण नीट जेवलो नाही, अन्न फेकून दिले तर देवी अन्नपूर्णा नाराज होते.''

विठ्ठल म्हणाला, ''परंतु नामा, मी माझं स्थान थोडा वेळसुद्धा रिकामं ठेवू शकत नाही.'' त्यावर नामा म्हणाला, ''ठीक आहे. मग तुमचं जेवण होईपर्यंत मी तुमच्या जागी उभा राहतो. पण तुम्हांला वाईट वाटणार नसेल तर!'' हे ऐकून विठ्ठल म्हणाला, ''मी तर याच दिवसाची वाट पाहत होतो की कोणीतरी माझी जागा घ्यावी. झालं तर मग!'' विठ्ठलाचे जेवण होईपर्यंत नामा विठ्ठलाच्या जागी उभा राहिला.

निरागस नामाच्या बोलाने विठ्ठल तृप्त झाले. त्यांचे ताट रिकामे होताच नामाने विचारले, ''देवा, तुमचं पोट खरोखर भरलं ना? का आणखी काही घेऊन येऊ?''

विठ्ठल म्हणाले, ''नाही, नामा! मी तृप्त झालो आहे. तुझी निरागस भक्ती पाहून मला खूप आनंद झाला आहे.'' इतकं म्हणून विठ्ठल पुन्हा आपल्या जागी जाऊन उभे राहिले.

आता या गोष्टीत दडलेला संकेत जाणून घेऊ.

नैवेद्य दाखवणे - रहस्य

घरामध्ये जे अन्न बनवले जाते, त्यातला एक भाग बाजूला काढून त्याचा देवाला नैवेद्य दाखवला जातो व उर्वरित भाग प्रसाद म्हणून ग्रहण केला जातो, ही एक प्राचीन भारतीय परंपरा आहे. याचे पालन आजही कित्येक घरांमध्ये केले जाते. ज्यांनी ही प्रथा बनवली त्यांना याचे फायदे माहीत होते. स्वयंपाक करताना तो करणाऱ्याच्या मनातील भावनांचा, विचारांचा प्रभाव स्वयंपाकावर पडतो. स्वयंपाक करताना चिडचिड, राग या भावना असतील तर ती नकारात्मक ऊर्जा अन्नात येते. फलस्वरूप असे अन्न ग्रहण करणाऱ्याच्या मनात ती ऊर्जा परावर्तित होते.

शुद्ध, सात्त्विक विचार ठेवून तयार केलेले अन्न खाणाऱ्याच्या मनात शांती, आनंद व सात्त्विकता निर्माण करते. देवासाठी नैवेद्य म्हणून केलेला स्वयंपाक शुद्ध मनाने, सात्त्विकतेने व भक्तिभावाने तयार केला जातो. त्यामुळे हा प्रसाद ग्रहण करणाऱ्याच्या मनात भक्तिभाव जागृत होतो.

दुसरे म्हणजे प्रसाद म्हणून स्वीकारलेल्या जेवणात काही कमतरता असेल तर ती स्वीकारली जाते. कधी जेवणात मिठाचे प्रमाण कमी-जास्त झाले तरी खाणारा म्हणतो, 'देवाला हे भोजन चालतं तर मला खायला काय हरकत आहे.' प्रसादाच्या रूपातील अन्न प्रेमाने, स्वीकारभाव मनात ठेवून ग्रहण केले जाते.

याखेरीज नैवेद्य दाखवणे ही एक प्रतिकात्मक प्रक्रिया आहे. ती माणसाला अलिप्तपणा शिकवते. दान देणे तर दूर; पण काही माणसे एखाद्याला एक वेळचे जेवणसुद्धा देऊ शकत नाही. यासाठी प्रथेच्या नावाखाली त्यांना योग्य शिकवण दिली जाते. ''भले थोडंसंच द्या, पण द्यायला शिका. माणसासाठी देऊ शकत नसाल तर देवाला तरी द्या.'' त्यामुळे देण्याचा आनंद जाणवू लागतो. भक्तीमुळे आसक्तीपासून मुक्ती मिळते.

भोजन असो वा भजन, सुख असो वा दुःख, प्रेम असो वा मुक्ती, भक्त प्रत्येक गोष्ट ईश्वराला समर्पित करतो. खरा भक्त ईश्वराला सांगतो, ''हे ईश्वरा, हे सर्व तुझंच आहे. ते तुला अर्पण करतो. माझं काहीही नाही.'' अशी भावना जागृत झाल्यामुळे स्वानुभव प्राप्तीचे महाफळ त्याला लाभते.

बाळ नामाचा निरागस विश्वास

लहान मुले मनाने सरळ, निष्कपट असतात. डोळे झाकून ते आपल्या आई-वडिलांवर विश्वास ठेवतात. नामदेव लहान होता. नैवेद्य दाखवणे हे फक्त कर्मकांड असते, बाकी काही नाही, याची त्याला कल्पना नव्हती. मोठ्यांची बुद्धी तार्किक असते. ते जेव्हा देवापुढे नैवेद्य ठेवतात तेव्हा मूर्ती काही हे खाणार नाही हे त्यांना माहीत असते. देवासमोर ठेवलेले अन्न पुन्हा त्यांनाच मिळणार आहे. म्हणून ते पन्नास प्रकारच्या गोष्टीदेखील आनंदाने देवासमोर ठेवतात.

अशा परिस्थितीत विठ्ठलाने खरोखर प्रसाद ग्रहण केला, यावर कोणाचा विश्वास बसणार नाही. नैवेद्य दाखवण्यामागे फक्त ईश्वराप्रति असणारी भावना असते. परंतु बाल नामदेवाला वाटत होते, की आपले वडील तर रोज विठ्ठलाला जेवण देतात. त्याच्यासाठी ती वास्तविकता होती. विठ्ठल प्रत्यक्ष येऊन खरंच प्रसाद ग्रहण करतो, असेच त्याच्या बालबुद्धीला वाटत होते. पूर्ण समर्पित भाव, विठ्ठलाचे सातत्याने मनन-चिंतन, नामस्मरण, ध्यान, आई-वडिलांच्या सांगण्यावरचा प्रगाढ विश्वास यामुळे बाल नामदेवाच्या मनात भक्तीची भावदशा तयार झाली. तो विठ्ठलाचा परमभक्त बनला.

वास्तविक, कित्येकदा एखादी गोष्ट माहीत नसल्यामुळे चमत्कार घडतो. कारण तुलना करणाऱ्या विघ्नसंतोषी मनाची आडकाठी येत नाही. नामदेवाला नैवेद्य दाखवण्यामागे असलेले कारण माहीत नव्हते. त्यामुळे त्याने दाखवलेल्या नैवेद्याचा जो परिणाम झाला तो बुद्धिवादी लोकांच्या बाबतीत घडला नसता. ही गोष्ट एका कहाणीद्वारे समजून घेऊ.

एका गावातील प्रमुखाने काही लोकांना बोलावून घेतले आणि सांगितले, ''अमुक एका डोंगरावर एक अद्भुत औषधी वनस्पती आहे. परंतु त्या डोंगराची वाट अतिशय अवघड व दुर्गम आहे.'' नंतर त्या प्रमुखाने कुठे अडचणी येऊ शकतात, कुठे निसरडा रस्ता आहे, कुठे उंच चढण आहे, कुठे जंगली जनावरे आहेत इत्यादी डोंगराची खडान् खडा माहिती लोकांना सांगितली. डोंगराच्या अवघड रस्त्याबद्दल ऐकून तर निम्मे लोक जायलाच तयार नव्हते. जे थोडेफार साहसी होते ते ही गोष्ट अशक्यप्राय वाटल्याने अर्ध्या रस्त्यातून माघारी फिरले.

परंतु त्या लोकांमध्ये एक साधा, सरळ, सामान्य मुलगा होता. तो सारी संकटे स्वीकारून ती वनस्पती घेऊन सुखरूप परत आला. लोकांना खूप आश्चर्य वाटले. एक साधारण, कमी बुद्धी असलेला, अशक्त मुलगा हे कसे करू शकला? हा चमत्कार कसा झाला?

चौकशीअंती लक्षात आले, की त्या मुलामध्ये श्रवणदोष होता. त्याला कमी ऐकू येत होते. डोंगराचा रस्ता कठीण आहे, दुर्गम आहे हे त्याने ऐकलेच नाही. डोंगरावरून काही औषधी वनस्पती आणायच्या आहेत, हे प्रमुखाच्या देहबोलीवरून त्याने जाणले. त्यामुळे कोणताही संदेह मनात न धरता तो तिथे गेला व औषधी वनस्पती घेऊन आला.

बाल नामा बहिरे नव्हे, तर निरागस होते. अद्याप त्यांची सांसारिक, तार्किक बुद्धी जागी झाली नव्हती. म्हणून नैवेद्याबरोबर त्याने स्वतःलाही विठ्ठलाला अर्पण केले.

स्वानुभवाने पहिला आघात

नैवेद्य दाखवताना बाल नामदेव अजाणतेपणी ध्यानात गेला होता. त्याक्षणी स्वानुभवामुळे त्याचे मन समर्पित झाले. कोणताही तर्क, संशय मनात न ठेवता

विठ्ठलासमोर नैवेद्य ठेवून तो शांत बसून राहिला. त्याच्या दृष्टीने ती फक्त मूर्तीच नव्हती; तर साक्षात विठ्ठल होते. मूर्ती हाच ईश्वर आहे, यावर त्याचा दृढ विश्वास होता. त्याचे मन विश्वास, समर्पण, श्रद्धा आणि ग्रहणशीलता यांनी परिपूर्ण होते. डोळे बंद करून तो ध्यानस्थ झाला. विठ्ठलाने खाल्ले का बघू, असे विचार अधूनमधून त्याच्या मनात येत होते. त्याप्रमाणे त्याने डोळे उघडून बघितलेसुद्धा! विठ्ठल जेवत नाही असे पाहून त्याला वाटले, कदाचित मी डोळे उघडून बघितल्यामुळे विठ्ठल खात नसेल. आता मला शांत बसायला पाहिजे. डोळे बंद असले तरी त्याचे लक्ष बाहेरच्या आवाजांकडे होते. खाण्याचा आवाज येतोय का? कोणी आहे का? पावलांचा आवाज येतोय का? वास्तविक या सर्व ध्यानाच्या पायऱ्या आहेत. त्यामुळे तो एकाग्र होत गेला व हळूहळू पूर्ण ध्यानावस्था आली.

ध्यानात काय होते? सुरुवातीला बाहेरचे आवाज ऐकू येतात. मग आतले आवाज म्हणजेच मनातील विचार लक्षात येतात. अंतरंगातील संवेदना जाणवू लागतात. हळूहळू हे सर्व विरून जाते आणि मन स्वबोधात तल्लीन होऊन जाते; म्हणजेच समाधी-अवस्था प्राप्त होते. मोठे लोक ध्यानाला बसतात तेव्हा सुरुवातीला भूतकाळातील चांगल्या-वाईट गोष्टींच्या आठवणी थैमान घालतात. त्यामुळे मन विचलित होते. परंतु नामदेव लहान होता. त्याचे बालमन शुद्ध होते. अद्याप त्याच्या मनात आठवणींचा, नकारात्मक विचारांचा कचरा जमा झाला नव्हता. त्यामुळे त्याला लवकर समाधी-अवस्था प्राप्त झाली. हा अनुभव प्राप्त करून घेण्यासाठी माणसाला अनेक वर्षे याचा अभ्यास करावा लागतो. पण हीच गोष्ट नामदेवांना सहज साध्य झाली.

मात्र, या घटनेमुळे नामदेव अंतर्बाह्य बदलले. वास्तविक त्यांना या गोष्टी काही कळत नव्हत्या. त्यांना अजून समज प्राप्त झाली नव्हती. त्यांच्या जीवनात गुरूंचे आगमन झाले नव्हते. परंतु त्यांना जो मौनावस्थेचा अनुभव मिळाला त्यामुळे त्यांचे मन शांती, आनंद व भक्तिभावाने भारून गेले. नैवेद्य दाखवताना त्यांच्या मनात जो भाव निर्माण झाला होता, तो अखंड कार्यरत राहिला.

ईश्वरस्थानी राहा

आपल्या अंतरंगात एक स्थान आहे; त्याला तेजस्थान म्हणा अथवा हृदयस्थान. त्याला 'स्रोताशी अनुसंधान जुळवण्याचा बिंदू' असेही म्हणू शकतो. हा काही भौतिक शरीराचा कोणता भाग नाही. पण लक्षात ठेवा, आपल्या शरीरातील चेतनेचे हे स्थान

आहे. गोष्टीत सांगितल्याप्रमाणे, जितका वेळ विठ्ठल भोजन करत होते तितका वेळ नामदेव विठ्ठलाच्या जागी (तेजस्थान) उभा होता. ही गोष्ट काय दर्शवते? तर, त्याक्षणी बाल नामदेव आपल्या स्रोताशी जोडला गेला होता. त्या वेळी विठ्ठलाची व नामदेवाची चेतना एकच होती. हीच आत्मसाक्षात्काराची अवस्था आहे. पुढे जाऊन नामदेवांनी आपले गुरू विसोबा यांच्याकडून ज्ञान प्राप्त केले व आत्मसाक्षात्कारी अवस्थेत राहिले.

भक्ताची अवस्था उच्चतम असावी, असे ईश्वराला वाटते. सगुण साकारापासून निर्गुण निराकाराकडे वाटचाल करण्याची त्यांची तयारी असावी. भक्त आणि भगवान यांच्यात भेद उरू नये, अशी अवस्था भक्ताच्या अंतरंगात तयार व्हावी. या दिवसाची ईश्वर आतुरतेने वाट पाहत असतो. नामदेवांना ही अवस्था बालपणीच प्राप्त झाली.

मनन प्रश्न

मनन करा : ज्या कधीही सोडण्याची इच्छा होत नाही, अशा कोणकोणत्या गोष्टींची आपल्याला आसक्ती वाटते?

कार्ययोजना

मनात आलेल्या कमीत कमी दोन गोष्टी ईश्वराला समर्पित करा. उदाहरणार्थ, वारंवार सोशल मीडिया तपासण्याची सवय लागली असेल तर दिवसातून एक दोन वेळा ते बघण्याची सवय लावून घ्या.

अध्याय ४

दोन भक्तांची भेट
सत्य-संघाची निर्मिती

विश्वातील आध्यात्मिक समज वाढण्याच्या हेतूने प्रेरित होऊन काही लोकांनी सांघिक कार्य केले. संत निवृत्तिनाथ, ज्ञानदेव, सोपानदेव व मुक्ताबाई या भावंडांनी वैश्विक चेतना सर्वोच्च होण्यासाठी आगळेवेगळे असामान्य कार्य केले. या कार्याला संत एकनाथ, नामदेवमहाराज, त्यांची धर्मभगिनी संत जनाबाई यांनी साथ दिली. त्यामुळे महाराष्ट्रात भागवत धर्माची स्थापना झाली, त्याचा प्रचार व प्रसार झाला. अज्ञानाच्या अंधकारात ज्ञानाचा सूर्य उगवला... चुकीच्या प्रवृत्तीपासून निवृत्त होण्यासाठी लोकांनी संकल्प केले... भक्तीच्या सोपानावरून उच्चतम ध्येयाकडे लोकांची वाटचाल सुरू झाली. मोहमायेतून मुक्त होण्याची प्रेरणा मुक्ताबाईने जागृत केली. ही शृंखला कायम ठेवत संत नामदेव व त्यांची धर्मभगिनी जनाबाईने केलेले कार्य भक्ती-परंपरेचे एक उत्तम उदाहरण आहे.

संत नामदेव व संत जनाबाई सख्खी भावंडे नव्हती, तरी त्यांच्यातील बहीण-भावंडाचे नाते सख्ख्यापेक्षा जास्त होते. कारण त्याचा पाया लौकिक नव्हता, तर आध्यात्मिक होता. दोन भक्तांची भेट काय घडवून आणू शकते, हे त्यांच्या कार्यावरून लक्षात येते. संत जनाबाईचे नामदेवमहाराजांच्या जीवनात येणे हा केवळ एक योगायोग नव्हता; तर त्यामागे मोठा दैवी संकेत होता. याबद्दल या अध्यायात जाणून घेऊ.

दिव्य योजनेचे स्वप्नसंकेत

मराठवाड्याच्या परभणी जिल्ह्यामध्ये गोदावरी नदीच्या तीरावर गंगाखेड नावाचे एक गाव आहे. त्या गावामध्ये दमा नावाचा विठ्ठलभक्त राहत होता. त्याच्या सुशील पत्नीचे नाव होते करुंड. तीसुद्धा आपल्या पतीबरोबर आनंदाने विठ्ठलभक्तीत रममाण होत असे. दमा दर वर्षी पंढरपूरची वारी करत असे. पोटी संतान नसल्याने त्यांचा संसार अपूर्ण होता. त्यामुळे सगळ्या सांसारिक सुखसुविधा असूनही ते आतून दुःखी होते. त्यांच्या मनात न्यूनगंडाची भावना होती.

एके दिवशी दमा व करुंड पंढरपूरला गेले. आपल्या लाडक्या विठ्ठलाला प्रार्थना करत ते म्हणाले, 'हे ईश्वरा, तुझ्या कृपेने आमचा संसार सुरळीतपणे चालू आहे. फक्त आता आम्हांला पुत्रप्राप्ती होऊ दे.' प्रार्थना करून ते घरी परतले. त्याच रात्री पांडुरंग दमाच्या स्वप्नात आले व म्हणाले, 'तुला एक सुशील व गुणवान कन्यारत्न होईल. ही काही सर्वसाधारण मुलगी नसेल. ही तुमच्या घराण्याचं नाव उज्ज्वल करेल. तिचं नाव 'जनाबाई' ठेव. पुढे जाऊन नामदेवाच्या संगतीने ती महान कार्य करणार आहे. म्हणून थोडी मोठी झाली की तिला नामदेवांचे वडील दामाशेटी यांच्या हाती सोपव.' अशा प्रकारे विठ्ठलाने स्पष्ट शब्दांत दमाला दैवी योजनेची माहिती सांगितली.

विठ्ठलाच्या कृपेने दमा व करुंड यांच्या घरात एका सुंदर कन्येने जन्म घेतला. विठ्ठलाच्या संकेतानुसार तिचे नाव 'जनाबाई' ठेवले. हळूहळू जनाबाई मोठी होत होती. घरात विठ्ठल-भक्तीचे वातावरण असल्याने तिच्यावरही तेच संस्कार झाले. जनाबाई पाच-सहा वर्षांची झाली तेव्हा ते तिला घेऊन दामाशेटीच्या नरसी बामणी गावी गेले.

तिथे गेल्यावर त्यांनी दामाशेटीचा शोध घेतला. त्यांना जनाबाईची जन्मकहाणी व पडलेल्या स्वप्नाबद्दल सांगितले. ते म्हणाले, ''माझं नाव दमा आहे. विठ्ठलाच्या कृपेने मला ही मुलगी झाली. आम्ही आमच्या संसारात आनंदी आहोत. या मुलीचं मला ओझं नाही; परंतु हिच्या जन्मापूर्वी विठ्ठलाने माझ्या स्वप्नात येऊन एक संकेत दिला — तुमचा नामदेव व माझी जनाबाई हे एकत्रितपणे मोठं कार्य करणार आहेत. त्याच्या सांगण्यानुसार मी माझ्या मुलीला तुमच्या हाती सोपवण्यासाठी आलो आहे.''

'ज्या माणसाला इतक्या नवस-सायासाने मुलगी झाली आहे, एकुलती एक असूनही तो तिला माझ्या हाती सोपवत आहे, याचा अर्थ ही नक्कीच ईश्वराचीच इच्छा आहे' असा विचार करून दामाशेटी म्हणाले, ''मीसुद्धा विठ्ठलभक्त आहे.

विठ्ठलाच्या संकेताचं महत्त्व मी जाणतो. तेव्हा आपण निश्चिंत राहा. आजपासून जनाबाई माझीच मुलगी आहे.''

अशा प्रकारे जनाबाई नामदेवांची बहीण झाली. एका मोठ्या कार्यासाठी दोन भक्तांची भेट झाली. सत्यसंघ तयार झाला. त्यांच्या प्रभावामुळे निर्जीव मूर्ती (अज्ञानी लोक) जिवंत (ज्ञानी व भक्त) होणार होत्या. त्यांचे एकत्र येणे ही एका भक्ती-आंदोलनाची सुरुवात होती. दामाशेटीच्या संसारात आता जनाबाई व नामदेव यांच्या रूपात दोन ईश्वरीय अवतार वावरत होते. त्यांचे घर साक्षात मंदिर बनले होते.

'कारण–परिणाम' सिद्धान्त

या जगात घडणाऱ्या प्रत्येक घटनेमागे एक विशेष कारण असते. कारण, संपूर्ण सृष्टी 'कारण परिणाम' या सिद्धान्तावर टिकून राहिली आहे. प्रत्येक घटनेमागे काही ना काही कारणे असतात व त्याचे विशेष परिणाम दिसून येतात. पुढे जाऊन हेच परिणाम पुढच्या घटनेला कारणीभूत ठरतात. जसे, एका बीजापासून वृक्ष तयार होतो व त्याला अनेक फळे लागतात. पुढे याच फळांपासून अनेक वृक्ष तयार होतात. परिणामस्वरूप, एका बीजापासून जंगल तयार होते. म्हणजेच बीज असते 'कारण', तर जंगल असते 'परिणाम'. आपल्या जीवनात घडणाऱ्या प्रत्येक घटनेमागे एक विशिष्ट कारण असते. ज्याच्या हे लक्षात येते त्याच्या जीवनात चांगले व सकारात्मक परिणाम दिसून येतात.

नामदेव व जनाबाई यांचा संघ बनणे हे एका महान परिणामाचे कारण होते. त्या दोघांच्या जन्मामागे काही खास कारण होते आणि ते म्हणजे 'एका भक्ती-आंदोलनातील प्रमुख भूमिका'. दैवी संकेतानुसार संत ज्ञानेश्वर व त्यांची भावंडे, संत विसोबा व संत एकनाथ हेसुद्धा भक्ती-आंदोलनात सहभागी झाले होते. संत जनाबाई व नामदेव यांनी आपले जीवनचरित्र घडवून, भक्तिरचना करून त्यांना साथ दिली. यासाठी संत नामदेवांना भक्तांचा समुदाय एकत्र आणायचा होता. कारण, विशाल भक्त संप्रदायामुळे आंदोलन सोपे होते.

मानवी शरीराची एक मर्यादा असते, हे आपण सर्व जण जाणता. 'गाव करी ते राव काय करी' या म्हणीनुसार एक माणूस जे कार्य करू शकत नाही ते दोन किंवा अधिक माणसे एकत्र येऊन करू शकतात. म्हणूनच समविचारी लोक एकमेकांकडे आकर्षित होतात. उदाहरणार्थ, ज्यांना चित्रपट बघण्यामध्ये रुची असते ते आपला मनोरंजन संघ स्थापन करतात. ज्यांना संपूर्ण जग फिरून यायचे असते ते यात्रा

कंपनी स्थापन करतात. ज्यांना दरारा निर्माण करण्यात आनंद वाटतो ते त्यांचा अड्डा तयार करतात. ज्यांना सत्याची आवड असते ते सत्यसंघ निर्माण करतात. याचाच अर्थ, समविचारी लोक एकत्र येऊन काही निर्माण करतात; मग ते सकारात्मक असो अथवा नकारात्मक!

महाराष्ट्रातही भक्ती-आंदोलनासाठी भक्तांचा समुदाय एकत्र येणार होता. त्यासाठी संत जनाबाई व नामदेव यांची भेट होणे, हे त्या महान कार्याचाच एक घटनाक्रम होता.

निराकरण आधी, समस्या नंतर

माणसाला वाटते, संकट आले आहे तर काही उपाय शोधला पाहिजे. वास्तविक असे नाही. आधी निराकरण येते, मग संकटे येतात. हे अतार्किक वाटेल, पण सत्य आहे. आधी औषधे तयार होतात मग आजारपणं येतात, आधी पाणी उपलब्ध असते मग तहान लागते, हे लक्षात घ्यायला हवे. पण माणूस आपल्याच तार्किक विचारात गुरफटून जातो व त्याला ही उत्तरे पटत नाही. आपल्या तार्किक विचारांतून बाहेर पडून जे लोक अतार्किक गोष्टी समजून घेतात, भक्तिभावात विलीन होतात; ते अशी उत्तरे ऐकून घेण्याच्या मन:स्थितीत असतात. प्रश्न विचारणे खूप सोपे आहे; पण त्याची उत्तरे समजून घेण्यासाठी पात्रता तयार व्हावी लागते.

प्रार्थना करणे सोपे आहे; पण त्यापासून मिळणाऱ्या फळाची तयारी असणे आवश्यक आहे. 'आधी उत्तर, मग प्रश्न' हीच तर ईश्वरलीला आहे. जनाबाईचे वडील एका मोठ्या गोष्टीसाठी (जनाबाईचा जन्म व त्यांची नामदेवाशी भेट) निमित्त ठरणार होते. म्हणून त्यांच्या मनात पुत्रप्राप्तीची इच्छा जागृत झाली. अंत:करणापासून केलेल्या प्रार्थनेच्या फलस्वरूप दमांना जनाबाईचा पिता होण्याचे भाग्य लाभले. ते भक्त असल्याने दैवी लीला समजू शकले व त्यांनी सहकार्यही केले. नियती सतत संकेत देत असते.

ईश्वर म्हणा किंवा नियती म्हणा, माणसाला अनेक माध्यमांद्वारे संकेत मिळत असतात. कधी मनात विचार येऊन, तर कधी मनात भाव जागृत होऊन, तर कधी दोन माणसांच्या चर्चेतून माणसाला त्याच्या समस्येचे उत्तर मिळत असते. त्याखेरीज अंत:प्रेरणेतूनही काही मार्गदर्शन मिळत असते. अंत:प्रेरणा म्हणजे अंतरंगातून झालेली जाणीव, समज. कित्येकदा माणसाला आतूनच काही समज मिळते व त्याच्यावरील संकटांचा उपाय सापडतो.

माणूस जेवढा ग्रहणशील व संवेदनशील असतो तेवढा ईश्वरी संकेत समजू शकतो. जेव्हा माणसाचे मन शांत, प्रसन्न व भक्तिपूर्ण असते तेव्हा तो घटनेमागे दडलेला इशारा, समस्येमागचा उपाय व नियतीने दिलेला संकेत समजू शकतो. याउलट, मन चिंताग्रस्त, दुःखी, उद्विग्न असेल, तुलना करत असेल, भूत-भविष्यात गुरफटलेले असेल तर ते ईश्वरी संकेत समजू शकत नाही.

काही लोकांच्या बाबतीत असे घडते, की ते एखाद्या धार्मिक ग्रंथाचे पान उलटतात आणि त्या पानावर त्यांना त्यांच्यावर आलेल्या संकटांचा उपाय सापडतो. त्यांना खूप आश्चर्य वाटते. इतकेच नव्हे; तर कधी-कधी एखाद्याला भजी खात असलेल्या कागदावर लिहिलेल्या ओळीमधून संकेत मिळतो. कधी एखादे गाणे तर कधी एखादे स्वप्न संकेत देऊन जाते. नामदेवांना स्वप्नामधून ईश्वरी संकेत मिळाला. भक्त असल्यामुळे ते ईश्वरी स्रोताशी जोडले गेले होते. त्यामुळे तिथून आलेला संकेत ते समजू शकले. एवढेच नव्हे; तर त्यांनी तो पूर्ण विश्वासाने अमलातदेखील आणला.

मनन प्रश्न

तुम्ही योगायोगाने घडणाऱ्या गोष्टींवर विश्वास ठेवता, की विनाकारण काही घडत नाही यावर विश्वास ठेवता?

कार्ययोजना

आजपर्यंतच्या जीवनात तुम्हांला मिळालेल्या संकेतांची सूची तयार करा.

१) ....

२) ....

३) ....

□□□

अध्याय ५

बाल नामाचे पहिले भजन
भक्तीची प्रकट अभिव्यक्ती

भक्त दोन प्रकारचे असतात : पहिल्या प्रकारचे भक्त ईश्वरभक्तीत तल्लीन होऊन परमानंदात रममाण होतात. असे भक्त जास्त करून एकांतप्रिय असतात. त्यांच्या भक्तीचे प्रकटीकरण त्यांच्यापुरतेच सीमित राहते. दुसऱ्या प्रकारचे भक्त फुलांप्रमाणे भक्तीचा सुगंध चोहो दिशांना पसरवतात. संत लोक सामान्य जनतेबरोबर राहून स्वत:चे उदाहरण त्यांच्यासमोर ठेवतात आणि जास्तीत जास्त लोकांना भक्तिमार्गावर चालण्यासाठी प्रेरित करतात.

काही संतांकडून ईश्वराला जोरदार कार्य करून घ्यायचे असते. त्यांच्या माध्यमातून जास्तीत जास्त लोकांना ज्ञान व भक्तीच्या मार्गावर आणायचे असते. अशा भक्तांना (संतांना) 'नेता'-भक्त म्हणू शकतो. त्यांना ईश्वराने विशेष गुण प्रदान केलेले असतात, ज्यांचा उपयोग या कार्यासाठी होतो.

भक्तिभाव ईश्वरीय देणगी आहे. ती व्यक्त करण्याचे साधन आहे – गायन, भजन, लेखन, चित्रांकन इत्यादी. जरा विचार करा, अशा भक्तांनी केलेल्या त्यांच्या अभिव्यक्तीबद्दल! त्यांनी ईश्वराची इतकी सुंदर व वेगवेगळी रूपे दाखवली आहेत, की आज प्रत्येकाकडे त्याच्या आवडीनुसार ईश्वरीय रूप उपलब्ध आहे. उदाहरणार्थ, गणपती, दुर्गामाता, सरस्वती देवी, श्रीकृष्ण इत्यादी.

संत कबीर, गुरू नानक, मीरा, चैतन्य महाप्रभू, सुरदास, तुलसीदास, संत ज्ञानेश्वर, संत नामदेव, संत एकनाथ असे अनेक भक्त होऊन गेले, ज्यांनी

भक्तीचे खंबीर नेतृत्व केले आणि आपल्या भक्तिपूर्ण भजनांनी अनेकांना भक्तीचा मार्ग दाखवला. त्यांचा जीवनकाल खंडित होऊनही आजमितीला ते अनेकांना भक्तिमार्गावर जाण्यासाठी प्रेरणा बनले.

संत नामदेवांनी भविष्यात होणाऱ्या या महत्त्वपूर्ण कार्याची मुहूर्तमेढ वयाच्या पाचव्या वर्षीच रोवली. इतक्या लहान वयात त्यांच्या हृदयातून पहिले भजन उमटले. चला तर मग, अशा या बालभक्ताच्या मनोहर लीलांचा आनंद घेऊ.

बाल नामाच्या पहिल्या भजनाचे प्रकटीकरण

बाल नामदेवाचे मन खेळण्या-बागडण्यापेक्षा पूजाअर्चा, भजन-कीर्तन यामध्ये रमत असे. त्यांच्या गावातील विठ्ठल मंदिरात संध्याकाळची पूजा झाली की भजन-कीर्तनाचा कार्यक्रम असे. नामदेवाला हे समजले तेव्हा त्याने आपल्या वडिलांकडे तिथे जाण्याचा हट्ट धरला. आपल्या मुलाची ईश्वरभक्ती पाहून दामाशेटींना खूप आनंद झाला. ते दररोज संध्याकाळी नामदेवाला घेऊन विठ्ठल मंदिरात जाऊ लागले. तिथे ऐकलेली व आईवडिलांनी गायलेली अनेक भजने नामदेवाने मुखोद्गत केली. तो सतत ती भजने गुणगुणत असे.

एके दिवशी बाल नामदेवाने स्वतः एक भजन रचून मराठी भाषेत लिहिले. ते भजन आईला म्हणून दाखवावे असे वाटल्यामुळे तो तिच्याकडे गेला व म्हणाला, ''आई, मी एक भजन रचले आहे. तुला म्हणून दाखवू का?'' परंतु आई कामात खूप व्यस्त होती. ती म्हणाली, ''आत्ता नको. मला काम करू दे. रात्री ऐकव.'' परंतु नामा काही ऐकेना. त्याला कधी एकदा ते भजन आईला म्हणून दाखवतोय असे झाले होते. शेवटी आईला त्यांच्या हट्टापुढे नमते घ्यावे लागले. ती म्हणाली, ''तू म्हण. मी स्वयंपाक करता-करता ऐकते. बघू बरं, कोणतं भजन रचलं आहेस?'' नामा खूश होऊन मोठ्या भक्तिभावाने, आनंदाने भजन गाऊ लागला.

अपत्याचे हित कीजे त्या जनकें। जरी वेडे मुके जाले देख ॥

तैसें मी पोसणें तुझें जिवलग। अंतरींची सांग खूण काहीं ॥

राखीन मी नांव तुझें सर्वभावें। चित्त वित्त बळी देईन पायीं ॥

जरी दैवहीन म्हणसी मजला। तरी लाज कवणाला म्हणे नामा ॥

भावार्थ : स्वतःच्या मुलामध्ये कोणताही न्यूनगंड असला, तो वेडा-बहिरा असला तरी त्याचे वडील त्याचे हितचिंतक असतात. हे देवा, तू मला तुझा मुलगा समजून

प्रेमाने माझे पालनपोषण कर. माझ्या अंतःकरणात तुझ्या कृपेचा संकेत मिळू दे. तुझ्या नावाला काळिमा लागेल असे कोणतेही कृत्य माझ्या हातून होणार नाही. माझ्यामुळे तुला कधीही मान खाली घालावी लागणार नाही. माझे मन, धन तुझ्या चरणी अर्पण करतो. मी पूर्णपणे तुला समर्पित आहे. जर या जगात मी अभागी ठरलो तर तुलाच त्याची लाज वाटेल. माझ्या जीवनाचे उत्तरदायित्व मी तुझ्याकडे सोपवत आहे.

छोट्याशा नामाकडून इतके भावपूर्ण, अर्थपूर्ण भजन ऐकून त्याच्या आईला खूप आश्चर्य वाटले. ती म्हणाली, ''किती सुंदर भजन आहे. तू इतकं चांगलं भजन रचतोस हे मला माहीत नव्हतं.'' असं म्हणून आईने नामाला प्रेमाने, मायेने जवळ घेतले. पाच वर्षांचा असतानाच नामा भजन रचायला व गायला शिकला.

भजन : कठीण ज्ञानाची सोपी भाषा

ज्ञानाच्या कठीण गोष्टी सांगून किंवा लिहून समजावल्या तर समजत नाहीत, हे सर्वश्रुत आहे. पण, त्याच चित्रित केल्या किंवा भजनाच्या रूपात प्रस्तुत केल्या तर चटकन लक्षात येतात. लहान मुलांना अंक, बाराखडी, पाढे गाण्याच्या रूपात शिकवले तर ते लगेच पाठ होतात व कायमस्वरूपी लक्षातही राहतात. हीच गोष्ट ईश्वरभक्तीतही आहे. क्लिष्ट आध्यात्मिक ज्ञान दोह्यांच्या रूपात, भजनांच्या रूपात सामान्य लोकांपर्यंत पोहोचवले तर ते एखाद्या प्रवचनाचा परिणाम घडवून आणते. म्हणून जगात भजनांद्वारे भक्तीचा प्रसार झाला आहे. अशा भक्तांचे जीवनचरित्र लोकांसाठी प्रेरणा बनले आहे. संत नामदेव यांपैकी एक आहेत.

आपल्यातील गुणांनी ईश्वरभक्ती करा

संत नामदेवांसारख्या भक्तांचे जीवनचरित्र वाचून काही लोकांना वाटते, 'ते तर दैवी गुणांनी युक्त असे आत्मा होते, जे या पृथ्वीतलावर ईश्वरीय कार्य करण्यासाठी आले होते. आमच्यासारख्या सामान्य लोकांनी ईश्वरभक्ती कशी करावी? आणि जरी केली तरी ईश्वराच्या दृष्टिकोनातून आमच्या भक्तीची काय किंमत?'

उत्तरादाखल ही गोष्ट लक्षात घेतली पाहिजे, की हे जग ईश्वराची लीला आहे, त्याचेच प्रकट रूप आहे. या लीलेमध्ये ईश्वराच्या दिव्य योजनेनुसार प्रत्येकाची काही ना काही भूमिका आहे. त्या भूमिकेला अनुसरून तुम्हांला जे गुण प्रदान केले आहेत, त्यानुसार प्रत्येकाने ते योग्य रीतीने प्रकट करायचे आहेत. हीच तुमची भक्ती आहे.

ईश्वराने सर्व शरीरांमध्ये काही ना काही वैशिष्ट्ये दिली आहेत. कोणी चांगला स्वयंपाक करू शकतो, तर कोणी सुंदर गाणी म्हणू शकतो. एखादा कार्यभार चांगला सांभाळू शकतो, तर एखादा चांगला वक्ता असतो. एखाद्यात लेखनकौशल्य असते, तर दुसऱ्यात शिकवण्याचे प्रावीण्य! तुमच्यामध्ये जे काही गुण आहेत ते वृद्धिंगत करा व ईश्वराला प्रकट करण्यासाठी तुमच्याकडून १००% योगदान द्या. यासाठी कोणतेही कार्य करताना, हे मी ईश्वरासाठी करत असून, माझ्या व्यक्तिगत स्वार्थापोटी अथवा महत्त्वाकांक्षा पूर्ण करण्यासाठी करत नाही, ही जाणीव ठेवा. जेव्हा आपल्याकडून होणारी कार्ये अव्यक्तिगत, फळाची अपेक्षा न ठेवता होतील तेव्हा आपले प्रत्येक कर्म सेवा बनेल. ते शुद्ध भक्तीचे प्रकट रूप असेल.

मनन प्रश्न

मनन करा... तुमच्यामध्ये असा कोणता गुण आहे, ज्याच्याद्वारे तुम्ही चांगली अभिव्यक्ती करू शकता?

कार्ययोजना

तो गुण वृद्धिंगत होण्यासाठी १००% प्रयोग करण्याची कार्ययोजना तयार करा.

अध्याय ६

भक्तीचा उत्कर्षबिंदू
संसार नीरस, भक्तीत रस

भक्तीमुळे माणसाच्या दोन अवस्था येऊ शकतात : पहिल्या अवस्थेत ईश्वरप्राप्तीसाठी माणूस प्रयत्नपूर्वक संसारत्याग करतो. दुसऱ्या अवस्थेत तो ईश्वरभक्तीत इतका तल्लीन होतो की आपोआप संसारापासून अलिप्त होतो. दुसरी अवस्था उच्चतम आहे. संसारात राहून संन्यास घेण्यासारखे आहे. मीरेप्रमाणे संत नामदेवांचीही अशीच अवस्था होती. तना-मनाने ते विठ्ठलभक्तीत इतके रंगून गेले होते, की संसारात असूनही नसल्यासारखेच होते. या अध्यायामध्ये त्यांच्या जीवनातील या भागाविषयी अधिक जाणून घेऊन त्यात दडलेला संदेश लक्षात घेऊ.

नामदेवांचे पारिवारीक व आर्थिक जीवन

पूर्वी बालविवाह होत असे. त्या काळच्या प्रथेनुसार नामदेवांचा विवाह वयाच्या अकराव्या वर्षी राजाई नावाच्या मुलीशी झाला. हळूहळू ते दोघे मोठे होऊ लागले. राजाई गुणवान मुलगी होती. ती सासूला घरकामात, सासऱ्यांना त्यांच्या व्यवसायात मदत करत असे. त्यांची सेवा करत असे. आपला पती पूजाअर्चा करतो, त्याबद्दल तिला खंत नव्हती. परंतु त्याने पूजापाठ करण्याच्या नावाखाली कर्महीन न होता उदरनिर्वाहाचीसुद्धा तजवीज करावी, असे तिला वाटे.

नामदेव मात्र भक्तीत इतके रममाण झाले होते, की त्यांना सांसारिक कर्तव्यांचे महत्त्व वाटत नव्हते. ते फक्त शरीराने संसारात होते; मन मात्र सतत विठ्ठलचरणी गुंतलेले होते. पत्नी व वडील यांच्या धाकाने ते कपडे विकण्यासाठी बाजारात

जात; परंतु रस्त्यात मध्येच एखाद्या झाडाखाली किंवा बाजारात बसल्या-बसल्या ध्यानस्थ होत.

ते प्रभुचिंतनात इतके मग्न असायचे, की त्यांना जगरहाटीची फिकीर नव्हती. त्यांचा दिवस कसा निघून जायचा हे कळतही नसे. जणू पूर्ण दिवस ते भावसमाधीत असायचे. संध्याकाळी रिकाम्या हाताने ते घरी येत. कपडे विकण्याचे कौशल्य त्यांच्या अंगी नव्हते. त्यामुळे ग्राहक त्यांच्याकडे आकृष्ट होत नसत. यामुळे त्यांच्या परिवारातील लोक सतत काळजी व चिंता करत होते.

कधी-कधी थोडीफार कमाई होई; पण तीसुद्धा ते गरिबांना, साधू-संतांना वाटून टाकत. असेही म्हणू शकतो की, त्यांची आध्यात्मिक प्रवृत्ती शिखरावर होती; आर्थिक प्रगती मात्र शून्य होती. परंतु म्हणतात ना, की 'ज्याने स्वत:ला ईश्वरचरणी झोकून दिलं आहे, त्याचा सांभाळ ईश्वरच करतो.' नामदेवांनाही संसारात कशाचीच उणीव भासली नाही.

व्यापार-व्यवसायासंबंधीच्या त्यांच्या ज्या गोष्टी ऐकायला मिळतात, त्यात विठ्ठलाने त्यांचे कसे रक्षण केले, हे सांगितले आहे. कधी त्यांच्या घरात नाण्यांनी भरलेला हंडा सापडला, तर कधी पारस दगड मिळाला. परिसाचा स्पर्श होताच लोखंडाचे सोने बनत होते. या गोष्टींमधील चमत्कार हेच दर्शवतात, की विठ्ठलाने त्यांना कशाचीही कमतरता पडू दिली नाही. त्यांच्या उदरनिर्वाहाची व्यवस्था आपोआप होत होती. आपल्या पहिल्या भजनातच नामदेवांनी विठ्ठलाला सांगितले होते, की 'माझं मन व धन मी तुला अर्पण करत आहे. त्यामुळे तुलाच माझी जबाबदारी घ्यायची आहे.' विठ्ठलाने भक्ताची लाज राखली, त्याच्या शब्दांचा मान ठेवला.

भक्ती-संसार यातील रस्सीखेच

संत नामदेवांसारख्या कट्टर भक्तांना जगात अनेक अडचणींचा सामना करावा लागतो, यात दुमत नाही. घरातील सदस्य त्यांच्या भवितव्याबद्दल चिंतित असतात. ते त्यांना निरुपयोगी, नाकर्ता समजण्याची चूक करतात. बाहेरचे लोक त्यांची टीका करतात, चेष्टा करतात. अशा लोकांकडे पाहूनच म्हण तयार झाली आहे, 'गाढवाला गुळाची चव काय'. ज्यांनी कधी भक्तीचा रस चाखलाच नाही, त्यांना संसारातच गोडी वाटणार.

भक्त साधे, सरळ स्वभावाचे असतात. त्यांना सर्वांभूती प्रेम व करुणा वाटते. हृदयातील मृदुल भावनेमुळे व अहंकाररहित झाल्यामुळे त्यांची अशी अवस्था

होते. आपल्या आराध्यदेवतेच्या भक्तीमध्येच ते स्वर्गीय सुख अनुभवत असतात. त्यामुळे त्यांना सांसारिक गोष्टींची, काही मिळवण्याची आसक्ती नसते. वस्तूंचे सोडा; पण त्यांना स्वतःच्या शरीराचीही आसक्ती नसते. स्वतः भुकेलेले असूनही ते स्वतःसाठी असलेले भोजन गरजूला देऊ शकतात. संसारातील मोहमायेला चिकटून बसलेल्या लोकांना नामदेवांसारखा भक्त मूर्खच वाटणार.

वास्तविक यात त्यांचीही काही चूक नाही. ज्याची जशी बुद्धी, तसे त्याचे विचार; ज्याची जशी चेतना, तशी त्याची दृष्टी. हे एका उदाहरणावरून समजून घेऊ.

समजा, एक माणूस मैदानात उभा आहे. त्याच्या चारही बाजूला उंचच उंच अशा इमारती आहेत. मग त्याला काय दिसेल? त्याला फक्त मैदानातील लोक आणि उंच इमारतीच दिसतील. त्याबाहेर त्याची दृष्टी पोहोचू शकत नाही. आता एखादा जर उंच इमारतीच्या गच्चीवर उभा असेल तर त्याला काय दिसेल? त्याला संपूर्ण शहर दिसेल.

समजा, छतावर शक्तिशाली दुर्बीण बसवली व एखादा वैज्ञानिक दुर्बिणीतून आकाशाचे अवलोकन करत असेल तर तो काय-काय बघू शकतो? निश्चितच, तो ब्रह्मांडातील ग्रह, उपग्रह बघू शकेल. सांगण्याचे तात्पर्य, जो ज्या ठिकाणी उभा आहे, ज्या साधनांनी-गुणांनी युक्त आहे, त्याची तशी दृष्टी होते. अशा प्रकारचे अज्ञानी लोक संत नामदेवांचे चरित्र ना पाहू शकतात, ना समजू शकतात. जगाला भक्त भलेही मूर्ख, निकम्मे वाटोत; पण ईश्वराला ते जास्त जवळचे व प्रिय असतात. त्यांनाच या संसारातील परमोच्च 'मोक्ष'पद प्राप्त होते. आता सांगा, अशा भक्तांपेक्षा भाग्यवान कोण? सफल जीवन कोणाचे?

भक्ती कर्महीन बनवत नाही

संत नामदेवांसारखे भक्त व संन्यासी लोकांची सांसारिक जीवनातील निष्क्रियता पाहून लोकांचा ग्रह होतो, की 'भक्ती व आध्यात्मिकता माणसाला निष्क्रिय बनवते, निरुपयोगी बनवते.' परंतु हे योग्य नाही.

खरेतर समाजात संत मीरा, गुरू नानक, संत नामदेव यांसारखे चारित्र्यवान भक्त कमी असतात आणि भक्तीच्या नावाखाली कामचुकार लोकांची संख्या जास्त असते. अशांचा मानसिक स्तर अज्ञानी माणसासारखा राहतो. जबाबदारी टाळण्यासाठी हातात माळ घेऊन किंवा संन्याशाची वस्त्रे परिधान करून ते वावरत असतात; जेणेकरून काम न करण्यावरून त्यांना कोणी टोकू नये. अशा ढोंगी

लोकांमुळे खऱ्या भक्तांची प्रतिमा मलिन होऊन लोक अध्यात्मापासून दूर पळतात. संत नामदेवांसारख्या भक्तांसाठी तर संपूर्ण जग त्यांच्या परिवाराप्रमाणे असते. 'हे विश्वचि माझे घर' या उक्तीप्रमाणे त्यांचा व्यवहार असतो. व्यक्तिगत परिवाराची जबाबदारी सोडून ते संपूर्ण जगाची जबाबदारी घेतात आणि असंख्य लोकांना मुक्तीचा मार्ग दाखवतात.

आदर्श जीवन

दैवी योजनेनुसार संत नामदेवांना उच्चतम अभिव्यक्ती करायची होती. त्यानुसार त्यांचे जीवन व्यतीत झाले. प्रत्येकाचे आयुष्य दिव्य योजनेनुसार घडते. एकच मार्ग सर्वांसाठी योग्य असतो असे नाही. संत कबीर व संत रविदास यांनी संसारात राहून भक्तिमार्ग अवलंबला. आदि शंकराचार्य, स्वामी विवेकानंद यांनी संन्यास घेतला. तसे पाहिले तर अध्यात्माचे सगळे मार्ग एकाच ठिकाणी जातात. आपल्याला आपला स्वभाव, परिस्थिती व चेतनेचा स्तर यानुसार मार्ग निवडायचा आहे.

सद्य:स्थितीत आपल्या कर्तव्यांकडे पाठ फिरवून, पूजापाठ करण्यात व्यस्त राहणे शक्य नाही. कारण पूर्वीच्या काळी भक्त, संन्यासी लोकांच्या पालनपोषणाची जबाबदारी घेतली जात असे. आजमितीला मात्र हे घडत नाही. प्रत्येकाला स्वत:ची व आपल्या परिवाराची काळजी घ्यावी लागते. तसे पाहिले तर भक्ती हा 'भाव' आहे, ती मनाची स्थिती आहे. त्यासाठी संसारत्याग करण्याची गरज नाही. संसारात राहून, आपल्या कर्तव्यकर्मांचे पालन करत भक्ती करता येणे सहजशक्य आहे. हाच कर्मयोग श्रीकृष्णाने अर्जुनाला गीतेत सांगितला आहे. सांसारिक जबाबदाऱ्या सांभाळून, समजेसह जगल्या जाणाऱ्या जीवनाला 'तेजसंसारी जीवन' म्हणतात. यामध्ये ईश्वरप्राप्तीचा प्रयत्नही असतो.

आजच्या काळानुसार तेजसंसारी जीवनाचा मार्ग योग्य व मध्यम आहे. हा मार्ग संसार आणि संन्यास यांच्या पलीकडचा आहे. यामध्ये दोन्ही प्रकारच्या जीवनशैलीच्या सकारात्मक पैलूंचा अंगीकार करून संतुलित जीवन जगता येते. संसारात राहून तेजसंसारी माणूस उच्चतम ज्ञान प्राप्त करतो, भक्ती करतो. ज्ञान व भक्तीचा उपयोग फक्त वाणीपुरता सीमित न ठेवता तो आचरणातही आणतो. त्याच्या आचरणामुळे समाजातील तसेच त्याच्या परिवारातील सदस्यसुद्धा सत्याच्या मार्गावर चालण्यास प्रेरित होतात. तेजसंसारी माणूस जाणतो, की 'मी शरीर नाही, हा संसार ईश्वराचा खेळ आहे.' म्हणून संसारात गुंतून न पडता तो आपली भूमिका चोख बजावतो.

मनन प्रश्न

आपल्या स्वभावानुसार मनन करून अध्यात्माचा योग्य मार्ग निवडा.

कार्ययोजना

आपल्या कर्तव्यकर्मांचे पालन करत असताना, कर्ताभाव व परिणामस्वरूप प्राप्त होणारी फळं ईश्वराला समर्पित करा.

❏❏❏

अध्याय ७

संत नामदेवांच्या अद्भुत गोष्टी
लाज राखा देवा... (भाग १)

ज्यांचा ईश्वरावर विश्वास असतो, जे ईश्वराला शरण जातात, त्यांची सगळी जबाबदारी ईश्वर घेतो. भक्त मदत मागो वा न मागो, ईश्वर कोणत्या ना कोणत्या माध्यमातून त्याच्यापर्यंत मदत पोहोचवतोच. ईश्वराच्या मदत करण्याच्या पद्धतीपासून जे लोक अनभिज्ञ असतात त्यांना वाटते, 'कठीण प्रसंगात आप्तस्वकियांनी साथ दिली नाही, परंतु अनोळखी माणसाने मदत केली.' त्या माणसाच्या माध्यमातून ईश्वराने आपल्याला मदत केली, हे एक भक्तच जाणू शकतो.

संत नामदेवांच्या जीवनातील अशा अनेक कथा प्रचलित आहेत. त्यांच्याकडून झालेल्या चुकांचे निरसन प्रत्यक्ष ईश्वराने येऊन केले, त्यांना मदत केली, असे या कथांमधून दर्शवले गेले आहे. अशाच काही घटना या अध्यायात जाणून घेऊ, ज्या सत्याचा दाखला देतात.

भक्तासाठी भगवान गवंडी बनले

संत नामदेव विठ्ठलभक्तीत इतके दंग असायचे, की त्यांचे घरातील कामांकडे लक्षच नसायचे. घरातील लोकांनी त्यांना एखादे काम सांगितले तर ते त्यासाठी बाहेर पडायचे; पण ते न करताच परत यायचे. कारण त्यांचे चित्त सतत विठ्ठलचरणी गुंतलेले असे. त्यामुळे त्यांच्या काहीही लक्षात राहत नसे.

एकदा नामदेवांच्या घराच्या काही भागाची पडझड झाली होती. घराची डागडुजी करणे खूप गरजेचे होते. त्यांचे वडील त्यांच्या व्यवसायात व्यस्त असल्यामुळे

त्यांना घराकडे लक्ष देणे शक्य नव्हते. म्हणून राजाई नामदेवांना म्हणाली, ''घर दुरुस्त करण्यासाठी एखादा गवंडी, कामगार घेऊन या व घर दुरुस्त करून घ्या!''

'आज हे काम पूर्ण करायचेच' असा विचार करून नामदेव घराबाहेर पडले खरे; पण नेहमीप्रमाणे भजन-कीर्तन-ध्यानात रंगून गेले. त्यांची पत्नी त्यांना सांगून-सांगून थकली; पण नामदेवांच्या स्वभावात काही फरक पडेना. घरातून बाहेर पडताच त्यांचे पाय विठ्ठलाकडे वळत... घरी परतल्यावर, पत्नीचा रागीट चेहरा पाहून काम विसरल्याचे त्यांच्या लक्षात येई. पत्नीची क्षमा मागून, दुसऱ्या दिवशी ते काम पूर्ण करण्याचा वायदा देत. पण, पुन्हा 'ये रे माझ्या मागल्या...' घर-दुरुस्तीचे काम काही पूर्ण होईना.

एके दिवशी त्यांची पत्नी खूप रागावली. त्यावर, आज कोणत्याही परिस्थितीत मी गवंड्याला घेऊन येईन व काम करवून घेईन, त्याशिवाय मी घरी येणार नाही, असे विठ्ठलाची शपथ घेऊन म्हणाले आणि ते बाहेर पडले. घरातून बाहेर पडून ते गवंड्याकडे निघाले. क्षणभर त्यांच्या मनात विठ्ठलदर्शन घेण्याचा विचार येऊन त्यांची पावले मंदिराकडे वळली. विठ्ठलभक्तीत रमल्यामुळे आपण विठ्ठलाची शपथ घेतली होती, हेही ते विसरले.

म्हणतात ना, 'संत नामदेवांसारखे जे भक्त ईश्वराला समर्पित होतात, त्यांची कर्तव्ये ईश्वर पार पाडतो. त्यांना कोणतीही झळ लागू देत नाही.' म्हणून नामदेवांना नसली तरी प्रत्यक्ष विठ्ठलाला त्यांनी घेतलेल्या शपथेची लाज राखावी लागली.

त्या दिवशी अचानक काही गवंडी व कामगार त्यांच्या घरी पोहोचले. ते राजाईला म्हणाले, ''आम्हांला घरदुरुस्तीसाठी बोलावले आहे.'' राजाईला खूप आश्चर्य वाटले. आपल्या विसराळू पतीने प्रतिज्ञा पूर्ण केली, यावर तिचा विश्वासच बसेना. तिला खूप आनंद झाला. कामगारांनी नामदेव घरी यायच्या आत काम पूर्ण केले. ते निघाल्यावर राजाईने पैशांबद्दल विचारणा केली. त्यावर ते म्हणाले, ''पैशांचा हिशेब उद्या येऊन नामदेवांबरोबर करतो.''

नामदेवांना घरी यायला खूप उशीर झाला. येताना ते विचार करू लागले, 'आज घरी गेल्यावर माझी काही खैर नाही. आता राजाई माझ्यावर खूप चिडणार. मीसुद्धा किती मूर्ख आहे, सकाळची गोष्ट संध्याकाळपर्यंत विसरून जातो.' घरी पोहोचल्यावर त्यांना आश्चर्याचा धक्का बसला. त्यांची पत्नी, आई-वडील आनंदाने त्यांचे स्वागत करत होते. घर-दुरुस्तीबाबत कळल्यावर तर त्यांना आश्चर्याचा धक्का बसला. प्रत्यक्ष विठ्ठलाने त्यांनी घेतलेल्या शपथेची लाज राखल्याचे त्यांच्या

लक्षात आले. व्याकूळ होऊन ते मनातल्या मनात ईश्वराला धन्यवाद देऊ लागले. म्हणाले, 'विठ्ठला, आज पुन्हा एकदा तू माझी लाज राखलीस. माझ्या प्रेमापोटी कामगाराचे रूप घेऊन आलास आणि मला अपमानापासून व इतरांच्या रागापासून वाचवलेस. धन्य आहे प्रभू!'

नामदेवांनी जेव्हा ईश्वराच्या या लीलेबद्दल घरच्यांना सांगितले तेव्हा त्यांचा विश्वासच बसेना. राजाई म्हणाली, ''असं कसं होईल? उद्या जेव्हा ते पैसे मागायला येतील तेव्हा बघा.'' दुसरा दिवसच काय; पण दोन-तीन दिवस उलटून गेले तरी कोणीही पैसे मागायला आले नाही. त्यावर नामदेव पत्नीला म्हणाले, ''तुझा ईश्वराच्या या लीलेवर अजूनही विश्वास बसला नाही का?'' मी घेतलेल्या शपथेची लाज राखण्यासाठी साक्षात विठ्ठल कामगाराचे रूप घेऊन आला आणि आपल्या घराची दुरुस्ती केली. हे ऐकून राजाई निरुत्तर झाली. तिच्या तार्किक बुद्धीला हे पटत नव्हते. एकीकडे मनातून विश्वास वाटत होता. कारण विना-मोबदला एखादा सामान्य माणूस एवढे काम कसे करेल? आणि तसेसुद्धा नामदेवांच्या हातून विठ्ठलाने प्रत्यक्ष येऊन भोजन ग्रहण केल्याचा किस्सा गावभर प्रसिद्ध झाला होताच.

अचेतनात चेतना

नामदेव भक्तशिरोमणी होते. संसार चालवण्यासाठी लागणारी व्यापारी बुद्धी त्यांच्याकडे नव्हती. त्यांचा विवाह झाला होता. त्यांनी घरगृहस्थी सांभाळावी, अशी त्यांच्या वडिलांची इच्छा होती. त्यासाठी त्यांनी थोडेफार पैसे कमवावे असे त्यांना वाटे. या उद्देशाने त्यांच्या वडिलांनी त्यांना कपडे विकण्यासाठी बाजारात पाठवले. वडिलांच्या आज्ञेनुसार ते बाजारात गेले; परंतु त्यांच्याकडचा एकही कपडा विकला गेला नाही. कारण त्यांच्याकडे उत्तम विक्रेता होण्याची कला नव्हती. आपल्याकडील वस्तूंचे आकर्षक पद्धतीने प्रदर्शन करणे त्यांना जमत नव्हते. ते तर एक साधे, सरळ विठ्ठलभक्त होते. शिवाय, ते सतत भक्तीमध्ये लीन राहत.

पूर्ण दिवस निघून गेला. सायंकाळी घरी परतताना ते एका शेतामध्ये विश्रांतीसाठी थांबले. तिथे एक मोठा गोल दगड होता. आजूबाजूला चिटपाखरूही नव्हते. नामदेवांना काय वाटले कोणास ठाऊक; ते त्या दगडाशी बोलू लागले, ''अरे! तू इथं एकटा काय करत बसलास? इथं कोणीही नाही. तुला इथं करमतं का? तुला माहीत आहे का, की मी आज बाजारात कपडे विकण्यासाठी गेलो होतो.

पण एकही कपडा विकला गेला नाही. आता माझे वडील मला, 'तुला काहीच जमत नाही,' असं म्हणून रागावतील.''

अशा प्रकारे निर्जीव दगडातदेखील त्यांना चेतनेचे दर्शन झाले. ते दगडाबरोबर बोलू लागले.

वार्तालाप करता-करता ते म्हणाले, ''तुझ्या अंगावर तर कपडेसुद्धा नाहीत. अशा वातावरणात विनाकपड्याचा राहणे त्रासदायक होईल. माझ्याकडे कपडे आहेत. तुला योग्य वाटत असेल तर तू घे. मी असं करतो, तुलाच माझ्याकडचे कपडे विकतो.'' असे म्हणून त्यांनी त्या दगडाला कपडे घातले व विचारले, ''तू मला याचे पैसे देणार नाही का?'' दगड काही बोलेना. हे पाहून नामदेव स्वतःच म्हणाले, ''ठीक आहे. आत्ता नसतील तर राहू दे. पुढच्या वेळी येईन तेव्हा तुझ्याकडून पैसे घेईन.'' अशा प्रकारे आपल्या समजेनुसार नामदेवांनी दगडाला कपडे विकले आणि ते घरी परतले.

संध्याकाळी घरी आल्यावर वडिलांनी विचारले, ''आज विक्री झाली का?'' नामदेवांनी होकार दिला. वडिलांनी पैशाबद्दल विचारणा केल्यावर नामदेव म्हणाले, ''पैसे उद्या मिळणार आहेत.'' वडील आनंदाने म्हणाले, ''काही हरकत नाही. कपडे तर विकून आलास ना? खरंतर उधारीवर कपडे द्यायचे नाहीत. उद्या पैसे घेऊन ये. व्यापार कसा करायचा हे तरी तुला समजलं एवढं पुष्कळ झालं.''

दुसऱ्या दिवशी नामदेव त्या दगडापाशी पैसे घेण्यासाठी गेले. पण शेवटी तो दगडच! तो काय बोलणार? पैसे कसे देणार? पैसे न आणताच नामदेव घरी आले. म्हणून त्यांचे वडील म्हणाले, ''कसंही करून पुढच्या वेळी पैसे घेऊन ये. नाही दिले तर ज्यांना तू फुकट कपडे दिले आहेत, त्यांनाच घेऊन ये.''

पुढच्या वेळी वडिलांच्या आज्ञेनुसार त्यांनी पुन्हा दगडाकडे पैशांची मागणी केली. दगडाने काही उत्तर दिले नाही. म्हणून नामदेवांनी तो मोठा दगड गोल-गोल फिरवत ओढत-ओढत घरी आणला व वडिलांना म्हणाले, ''ज्यांना मी कपडे विकले त्याने मला पैसे दिले नाहीत म्हणून त्यालाच मी ओढत आणलं आहे.'' वडिलांनी त्या दगडाकडे पाहत नामदेवाने सांगितलेला सगळा वृत्तान्त ऐकला. पण, दगडाने कपडे विकत घेतले आहेत यावर त्यांचा विश्वास बसेना. चिडून ते नामदेवांना म्हणाले, ''अरे, हा दगड कसा कपडे विकत घेईल आणि तुला पैसे देईल?'' परंतु नामदेव त्यांच्या सांगण्यावर ठाम राहिले. दोघांमध्ये वाद सुरू झाला. ते ऐकून घराबाहेर अनेक लोक जमले. तिथे उभ्या असलेल्या काही लोकांना दगड चमकत

असल्यासारखे वाटले. त्यांनी निरखून पाहिले आणि म्हणाले, ''हा खूप मौल्यवान दगड आहे. परिसासारखा वाटतो.'' झाले! चर्चेला उधाण आले. बघता-बघता बातमी वाऱ्यासारखी पसरली. ज्या शेतातून नामदेवांनी हा दगड आणला होता, त्या शेताच्या मालकापर्यंत ही बातमी पोहोचली. धावत-धावत तो नामदेवांच्या घरी आला व दगडावर आपला हक्क सांगू लागला. नामदेव म्हणाले, ''या दगडाने माझ्याकडून कपडे खरेदी केले आहेत. त्याचे पैसे देऊन, तू हा दगड घेऊन जा.'' मालकाने आनंदाने नामदेवांचे पैसे चुकते केले व दगड घेऊन तो निघून गेला. पुढे जाऊन लक्षात आले, की तो दगड मौल्यवान नव्हता, तर सामान्य होता. ही घटना संपूर्ण गावात नामदेवांनी केलेला चमत्कार म्हणून प्रसिद्ध झाली.

यंत्रावर नाही, तर ईश्वरावर विश्वास

अशीच अजून एक कथा आहे. नामदेव व्यापारात लक्ष घालत नसत. त्यामुळे त्यांची पत्नी राजाईला पैशांची चणचण भासत असे. एके दिवशी ती मैत्रिणीला म्हणाली, ''माझा पती काहीच कमवत नाही. त्यामुळे घरात सतत पैशांची तंगी असते.'' मैत्रिणीने उत्तरादाखल एक सल्ला दिला, ''माझ्याकडे एक अद्भुत दगड आहे. तो घरात ठेवला तर व्यापार-व्यवसायात वृद्धी होते. घरात कसलीही कमतरता उरत नाही. आम्ही हा दगड आमच्या घरात आणून ठेवला, तेव्हापासून आमची भरभराट झाली आहे. मी तुला थोड्या काळापुरता हा दगड देते. तू तो तुझ्या घरात ठेव. घरात समृद्धी आल्यावर माझा दगड मला परत देऊन टाक.''

राजाईने आनंदाने तो दगड घरात आणून ठेवला. नामदेवांच्या लक्षात ही गोष्ट आली तेव्हा ते उपहासाने राजाईला म्हणाले, ''अगं! दगडबिगड काही देत नसतो. दाता केवळ एकच आहे आणि तो म्हणजे विठ्ठल. विठ्ठलाखेरीज कोणातही काही देण्याची क्षमता नाही.'' असे बोलून त्यांनी तो दगड नदीत फेकून दिला. हे पाहून राजाई चिंताग्रस्त झाली. तो दगड तिला मैत्रिणीला परत करायचा होता. मैत्रिणीने तो दगड परत मागितला तेव्हा राजाई मान खाली घालून दु:खाने म्हणाली, ''माझ्या पतीने तो दगड पाण्यात फेकून दिला आहे. आता मी काय करू?'' हे ऐकून मैत्रिणीला चिंता वाटू लागली. ती म्हणाली, ''अगं, असं का केलं? तो आमच्यासाठी मौल्यवान दगड होता. माझे पती आता मला खूप रागावतील. पण, मला त्यांना ही गोष्ट सांगावीच लागेल.''

मैत्रिणीने सारा वृत्तान्त आपल्या पतीला सांगितला. ते ऐकून तो खूप चिडला व तावातावाने नामदेवांबरोबर भांडू लागला. तो म्हणाला, ''काहीही कर, पण मला माझा तो दगड परत आणून दे.'' नामदेव म्हणाले, ''आता मी परत कसा आणू? मी तो नदीमध्ये फेकून दिला आहे.'' मैत्रिणीचा पती हट्टाला पेटला होता. आता काही सांगून उपयोग नाही, हे पाहून नामदेव नदीवर गेले. पाण्यात उतरून त्यांनी त्या दगडासारखेच आणखी सात-आठ दगड काढले. त्यांनी ते दगड त्या माणसासमोर ठेवले व म्हणाले, ''यातील तुमचा दगड शोधून घ्या. पाहिजे असल्यास सगळे ठेवून घ्या.''

हे पाहून त्या माणसाला खूप आश्चर्य वाटले. त्याने विचार केला, 'आपल्याकडे एकच दगड होता आणि आपण स्वतःला भाग्यवान समजत होतो. नामदेवाने एवढे दगड शोधून आणले; पण त्यांना यामुळे काहीच फरक पडत नाही.'' अशा प्रकारे नामदेवांच्या संगतीत राहून तोदेखील भक्तिमार्गावर चालू लागला.

ईश्वराची दृष्टी सतत भक्ताकडे असते

एकदा नामदेव महाराज तीर्थयात्रा करून परत येत होते. वाटेत नागपूरला एका मंदिरात जाऊन कीर्तन करू लागले. त्यांचे कीर्तन ऐकायला खूप लोक जमले व भक्तिरसात बुडून गेले. तेवढ्यात मंदिराचा पुजारी आला आणि नामदेवांना विचारू लागला, 'आपण कोण आहात? आपलं नाव काय? कूळ-गोत्र कोणते?' नामदेवांनी या प्रश्नांची उत्तरे न देता एवढेच सांगितले, की ते व्यवसायाने शिंपी आहेत. हे ऐकून पुजारी संतापला, म्हणाला, ''अरे, तू कनिष्ठ जातीतला आहेस. तुला मंदिरात प्रवेश कोणी दिला? इथे येऊन कीर्तन करण्याचा तुला काहीच अधिकार नाही. निघून जा इथून.'' असे म्हणून त्याने नामदेवांना मंदिराबाहेर हाकलून दिले.

नामदेवांनी आत्मज्ञान प्राप्त केले होते. अशी मानहानी होऊनही त्यांच्यावर याचा काहीही परिणाम झाला नाही. ते स्वतः तिथून निघून गेले व मंदिरासमोर बसून भजन गाऊ लागले. पुजाऱ्याने हे बघितले. त्याने त्यांना तिथूनही निघून जायला सांगितले. पुजारी म्हणाला, ''आता लोक मंदिरात दर्शनासाठी येतील. इथे गर्दी करू नका. मंदिराच्या मागे जाऊन बसा.'' सर्व लोकांसमवेत ते मंदिराच्या मागे जाऊन भजन गाऊ लागले. दंतकथा प्रचलित आहे, की ते भजनात रंगून गेले होते तेव्हा पूर्व दिशेला असणारा मंदिराचा दरवाजा पश्चिम दिशेला आला. संपूर्ण मंदिर फिरले व मंदिराचे प्रवेशद्वार नामदेवांसमोर आले.

ही घटना अद्भुत आहे. नामदेवाच्या कीर्तनाच्या प्रभावाने मंदिर फिरले, असे गोष्टीत सांगितले आहे. सांगण्याचे तात्पर्य इतकेच आहे, की ईश्वराची नजर संतांकडेच असते. भक्त आणि भगवान एकरूप झालेले असतात, तालबद्ध असतात. दोघे एकमेकांपासून विभक्त होत नाहीत, हेच या गोष्टीतून सांगायचा प्रयत्न केला गेला आहे.

ईश्वराची परीक्षा

एकदा एकादशीच्या दिवशी नामदेव विठ्ठलाचे भजन करत होते. त्या दिवशी त्यांचा उपवास होता. एक वृद्ध ब्राह्मण खोकत-खोकत त्यांच्या दारी येऊन भिक्षा मागू लागला. म्हणाला, "मला खूप भूक लागली आहे. मी दोन दिवसांपासून उपाशी आहे. मला जेवायला द्या." हे ऐकून नामदेव महाराज विचारात पडले. त्या दिवशी सर्वांचा उपवास असल्यामुळे जेवण तयार केले नव्हते. वृद्धाची मनधरणी करत नामदेव म्हणाले, "क्षमा करा, महाराज! आज एकादशीचा उपवास असल्याने घरात स्वयंपाक केला नाही; तेव्हा तुम्ही थोडं दूध घ्या!"

यावर खोकत-खोकत वृद्ध म्हणाला, "मी आधीच खोकल्यामुळे त्रासलो आहे, हे तुला दिसत नाही का? वर मला दूध प्यायला सांगतो आहेस. त्याने खोकला वाढणार नाही का?" नामदेव महाराज म्हणाले, "ठीक आहे. मग फळं खा." वृद्ध रागावून उत्तरला, "फळांमुळेसुद्धा खोकला वाढतो. मला जेवण पाहिजे."

यावर नामदेव म्हणाले, "क्षमा करा! मी आता तुम्हांला जेवण देऊ शकत नाही." हे ऐकून वृद्ध अजूनच चिडला व म्हणाला, "हे बघ, मी खूप भुकेलेला आहे. तू मला जेवायला वाढले नाहीस आणि मी जर मेलो तर त्याचं पातक तुला लागेल." आश्चर्य म्हणजे, असे म्हणून तो वृद्ध जमिनीवर कोसळला व मरण पावला. ही घटना चहूकडे पसरली. जो तो नामदेवांना याबद्दल विचारू लागला. नामदेवांनी सारा वृत्तान्त सांगितला. हे ऐकून सर्व जण हैराण झाले आणि 'काय करावे' याचा गंभीरपणे विचार करू लागले. नामदेवमहाराजांनी लोकांना आज्ञा दिली, "आता दोन चिता रचा; एक या वृद्ध माणसासाठी व दुसरी माझ्यासाठी! कारण माझ्याकडून आज ब्रह्महत्या झाली आहे. याचे प्रायश्चित्त मला घेतलेच पाहिजे. त्यासाठी मी माझे प्राण त्याग करणार आहे."

गावकऱ्यांनी नामदेवांची समजूत काढण्याचा खूप प्रयत्न केला. जिवंतपणी नामदेवांनी चितेवर चढावे असे त्यांना अजिबात वाटत नव्हते. तरीसुद्धा नामदेवांच्या

आज्ञेनुसार व ब्राह्मण हत्येचं प्रायश्चित्त म्हणून गावकऱ्यांनी नाइलाजाने दोन चिता रचल्या. एका चितेवर ब्राह्मणाचे शव ठेवले, तर दुसऱ्या चितेवर नामदेव महाराज झोपले. तिथेसुद्धा त्यांच्या तोंडून विठ्ठलाचे नाव येत होते... हरी विठ्ठला... हरी विठ्ठला... पांडुरंग... पांडुरंग... हरी विठ्ठला...

सगळी तयारी होता होता संध्याकाळ झाली. आता चितेला अग्नी द्यायची वेळ आली. वृद्ध ब्राह्मणाच्या चितेला अग्नी देण्यास कोणतीच अडचण नव्हती. त्याला चिताग्नी दिला गेला. मात्र, नामदेव ज्या चितेवर झोपले होते त्याला अग्नी देण्यास लोक टाळाटाळ करू लागले. परंतु नामदेवांच्या सततच्या आग्रहामुळे त्यांच्या चितेलाही अग्नी देण्यात आला. त्याच वेळी इकडे आगीची झळ लागताच वृद्ध ब्राह्मण चितेवर उठून बसला. सगळ्या गोष्टी लक्षात येताच चितेबाहेर आला. लगोलग संत नामदेवांनाही चितेबाहेर आणले गेले. एका क्षणात घटनाक्रम बदलल्याचे पाहून लोक एकमेकांकडे आश्चर्यनि पाहू लागले. मृत माणूस पुन्हा जिवंत झाला. गावकरी खूश होऊन ईश्वराचे गुणगान करू लागले. वृद्ध ब्राह्मणाला खाऊ-पिऊ घातले.

दुसऱ्या दिवशी या घटनेबद्दल लोकांनी नामदेवांना विचारले. त्यावर ते म्हणाले, ''अरे, तुम्हांला समजले नाही. तो वृद्ध ब्राह्मण दुसरा-तिसरा कोणी नसून खुद्द विठ्ठलच होता. तो माझी सत्त्वपरीक्षा घेण्यासाठी आला होता.'' खरेच होते ते! कारण लोकांनी त्या वृद्ध माणसाचा खूप शोध घेतला; पण तो सापडला नाही. गावकऱ्यांसाठी हा मोठा चमत्कारच होता.

ही काही थोडी उदाहरणे होती. याखेरीज संत नामदेवांच्या जीवनावर आधारित अशा अनेक गोष्टी सांगितल्या जातात. पुढील प्रकरणात अशीच चमत्कारिक रहस्ये जाणून घेऊ.

मनन प्रश्न

तुम्ही चमत्काराला डोळे झाकून नमस्कार करता का? म्हणजेच चमत्कारावर विश्वास ठेवता, की निरर्थक समजून सोडून देता?

कार्ययोजना

या अध्यायात उद्धृत अद्भुत गोष्टींवर मनन करून त्यातील मर्म समजून घेण्याचा प्रयत्न करा.

अध्याय ८

चमत्कार रहस्य
लाज राखा हरी (भाग २)

वेगवेगळ्या भक्तांच्या जीवनात घडलेल्या अनेक कथा प्रचलित आहेत. त्यामध्ये त्यांना ईश्वराने ऐन वेळी येऊन कशी मदत केली, हे सांगितले आहे. जेव्हा संकटकाळी स्वकियांनी त्यांच्याकडे पाठ फिरवली, मदतीची सगळी दारे बंद झाली तेव्हा ईश्वर त्यांच्या पाठीशी उभा राहिला. अशीच एक कथा श्रीकृष्णभक्त नरसी भगत याच्या जीवनाबद्दल सांगितली जाते. नरसी भगतच्या नातीच्या लग्नात स्वतः भगवान श्रीकृष्णाने येऊन लग्नातील काही विधी पार पाडले.

अशा कथा तार्किक बुद्धी असणाऱ्यांना निरर्थक वाटतात. असे कधी होऊ शकत नाही, या मतावर ते ठाम असतात. याउलट, काही जणांना वाटते, असे घडले असणार. ईश्वर भक्तांना नक्कीच मदत करत असणार. त्यांना वाटते, जर त्यांनी ईश्वराचा धावा केला तर ईश्वर त्यांच्यासुद्धा मदतीला धावून येईल. यापैकी कोणाचे म्हणणे खरे आहे, हे एका कथेद्वारे समजून घेऊ.

ईश्वराचे मदतनिसाचे रूप

एका गावात एक कृष्णभक्त राहत होता. तो रोज मंदिरात जाऊन पूजाअर्चा करत असे. एके दिवशी त्या गावात एक साधुपुरुष आला. तो रोज संध्याकाळी गावकऱ्यांना पौराणिक कथा सांगत असे. त्या कथांद्वारे, ईश्वर भक्तांची कशी मदत करतो, कसे रक्षण करतो, हे तो सांगत असे. त्यामध्ये नरसी भगत, संत नामदेव, विष्णुभक्त हत्ती, भक्त प्रल्हाद आदींच्या गोष्टी असायच्या.

या कथा ऐकून कृष्णभक्ताच्या मनात विश्वास निर्माण झाला, की माझ्याबाबतीत काही विपरीत घडले तर ईश्वर स्वत: येऊन मला मदत करेल. एक दिवस त्याने आपल्या विश्वासाची परीक्षा घेण्याचे ठरवले. तो एका उंच डोंगरावर गेला. डोंगराच्या कड्यावर उभा राहून तो ईश्वराला म्हणू लागला, 'हे ईश्वरा, आज माझे जीवन तुझ्या हातात आहे. मी आता या कड्यावरून उडी मारणार आहे. माझी भक्ती खरी असेल तर भक्त प्रल्हादाला तू वाचवलेस, तसे मलासुद्धा वाचवशील. माझे प्राण मी तुझ्या हवाली करतो.'' त्या वेळी एक धनगर तिथून जात होता. तो धावत त्याच्याजवळ आला व त्याला मागे खेचू लागला. तो म्हणाला, ''हा काय मूर्खपणा करतो आहेस? तुझं डोकं ठिकाणावर आहे का? तुझ्या परिवाराचा, लहान मुलांचा तरी विचार कर.'' परंतु भक्त ऐकायलाच तयार होईना. तो म्हणू लागला, ''नाही, तू मला अडवू नकोस. मला आज माझ्या ईश्वराची परीक्षा घ्यायची आहे. मी रात्रंदिवस त्याची भक्ती केली आहे, मला वाचवण्यासाठी त्याला यावेच लागेल.''

धनगराने त्याचे मन वळवण्याचा खूप प्रयत्न केला; पण तो निष्फळ ठरला. अखेरीस भक्ताने डोंगरावरून उडी मारली. पुढे काय झाले असेल, हे सांगायची काही गरज नाही. ईश्वराची परीक्षा घेण्याच्या नादात त्याने स्वत:चे प्राण गमावले. या गोष्टीतून कोणता निष्कर्ष काढणार? त्याची भक्ती खरी नव्हती, का ईश्वराने खरेच त्याला मदत केली नाही?

वास्तविक धनगराच्या रूपात ईश्वर मदतीसाठी आला होता. त्याने खूप समजावलेही, की 'असं करण्याची काही गरज नाही. असा जिवावर उदार होऊ नकोस. स्वत:चा नाही निदान परिवाराचा, लहान मुलांचा तरी विचार कर.' परंतु त्या भक्ताच्या मनात मंदिरातल्या ईश्वराच्या मूर्तीची, कॅलेंडरवर छापलेल्या चित्रातील मूर्तीची प्रतिमा कोरली गेली होती. त्या रूपात तो ईश्वराला शोधत होता. धनगराच्या रूपात आलेल्या ईश्वराला तो ओळखू शकला नाही. गोष्टीत सांगितल्याप्रमाणे ईश्वर मंदिरातील रूपात येईल व त्याने उडी मारली की त्याला झेलून त्याचे प्राण वाचवेल, असे त्याला वाटले; पण असे काही घडले नाही.

इथे लक्षात घ्यायला हवे, ईश्वर अशा पद्धतीने मदत करत नाही. ईश्वर निराकार आहे. आपल्या कल्पनेत असलेल्या रूपात येऊन तो कधीच मदत करत नाही. त्यासाठी त्याला एखाद्या माध्यमाची आवश्यकता असते. ईश्वराने धनगराला माध्यम बनवून मदत केली होती. पण अज्ञानवश त्या भक्ताने ती नाकारली.

डोळे उघडे ठेवा व मदतनिसाला ओळखा

ईश्वराने मदत करावी असे वाटत असेल तर आपल्या आजूबाजूला असणारी माध्यमे ओळखा व ती मुक्त असू द्या. कोणत्याही माध्यमाद्वारे ईश्वर मदत करू शकतो. माध्यमे मुक्त ठेवा म्हणजे, डोळे-कान उघडे ठेवा, ग्रहणशील बना. कुठूनही येणारी मदत म्हणजे ईश्वराने केलेली मदत आहे, हे जाणा. ती नाकारू नका. आपल्या आजूबाजूला असणाऱ्या लोकांबरोबर चांगला व्यवहार करा. स्वत: इतरांसाठी माध्यम बना, त्यांना मदत करा. जे लोक नि:स्वार्थ भावनेने इतरांना मदत करतात, ज्यांच्या मनात सर्वांबद्दल प्रेम व करुणा असते, त्यांना गरजेनुसार कुठूनतरी मदत मिळतेच.

ईश्वरीय मदत कशी असते हे सांगणारी गोष्ट समजून घेऊ. त्यात चमत्काराच्या मागे असलेले रहस्य योग्य प्रकारे कसे प्रकाशित होते, हे सांगितले आहे.

चमत्कारांचे रहस्य

एका राज्याचा राजा आपल्या प्रजेचे लक्षपूर्वक पालन करत होता. रात्री वेष बदलून तो राज्याचा फेरफटका मारत असे. राज्यात सर्व काही ठीक चालू आहे ना? प्रजा सुखी आहे, की कोणाला काही अडचणी आहेत, हे जाणून घेत असे. प्रजेच्या सुख-दु:खात तो जातीने लक्ष घालत असे. राजा ज्या रस्त्यावरून जात असे तिथे एका कुंभाराचे घर होते. कुंभार दररोज मडकी तयार करून ती विकायचा व रात्री आनंदाने भजन गात झोपी जायचा. राजाला त्याची भजने खूप आवडत होती. रोज तिथे बसून तो त्याची भजने ऐकत असे.

राजाला नेहमी वाटे, हा कुंभार किती गरीब आहे. मुश्किलीने स्वत:चे पोट भरू शकतो. तरीही, त्याच्या चेहऱ्यावर इतका आनंद, खुशी कशी असते? इतका संतुष्ट भाव तर मोठमोठ्या श्रीमंत लोकांच्या चेहऱ्यावरही दिसत नाही. न राहवून एकदा राजाने त्याला विचारले, ''तू इतका सुखी, आनंदी कसा राहू शकतोस? तुझ्या घरात अनेक गोष्टींची कमतरता असूनही तू इतका आनंदी राहण्याचं कारण काय?''

कुंभार राजाला म्हणाला, ''मित्रा! दु:खी असण्याचं कारणच काय? माझ्याकडे सर्व काही आहे. दिवसभर मडकी बनवतो, ती विकून जे काही पैसे मिळतात त्यात माझा व माझ्या परिवाराचा उदरनिर्वाह उत्तम प्रकारे होतो. जे काही उरतं ते इतरांना देऊन टाकतो. संध्याकाळी भजन करण्यासाठी भरपूर वेळ मिळतो. संतुष्ट व खूश राहण्यासाठी यापेक्षा जास्त काय हवं? ईश्वराने मला जे काही दिलंय त्यापेक्षा जास्त

हव्यास करण्याची गरजच काय? जेवढं दिलंय त्यात मी सुखी आहे. ईश्वराची माझ्यावर असीम कृपा आहे.''

राजा त्याच्या उत्तराने अवाक् झाला. त्याने विचारले, ''तुला भविष्याची चिंता वाटत नाही का?'' हे ऐकून कुंभार विश्वासपूर्ण आवाजात म्हणाला, ''मला कशाची चिंता? माझी सर्व चिंता ईश्वराला! तोच माझ्याकडे लक्ष देईल.''

हे ऐकून राजाच्या मनात विचार आला. लोकांचे बोलणे आणि वागणे यात फरक असतो. म्हणून या कुंभाराच्या विश्वासाची परीक्षा का घेऊ नये? दुसऱ्या दिवशी राजाने राज्यात दवंडी पिटवली, की 'प्रत्येकाने स्वतःला लागणारे मडके स्वतःच तयार करायचे आहे. कोणीही इतरांनी तयार केलेले मडके घ्यायचे नाही व विकायचे नाही.' असा कायदा झाल्यामुळे कुंभाराचे एकही मडके विकले गेले नाही.

त्या दिवशी राजा मोठ्या उत्साहाने कुंभाराच्या घरी गेला. त्याला वाटले, आज तरी नक्की कुंभार चिंताक्रांत असणार. परंतु राजाच्या पदरी निराशा आली. कारण त्या दिवशीसुद्धा कुंभार तेवढ्याच आनंदाने भजन म्हणत होता. राजाने विचारले, ''या राज्यात असा कायदा निघाला आहे, की ज्याने त्याने स्वतःचं मडकं स्वतःच तयार करायचं आहे, असं मी ऐकलंय. तेव्हा आज तुझं एकही मडकं विकलं गेलं नसणार. तुझी काही कमाई झाली नसणार.''

कुंभार बेफिकीर होता. तो म्हणाला, ''हो, बरोबर आहे. आज पैसे मिळाले नाही. आज आम्ही कोणीच जेवलोही नाही. पण, ठीक आहे. रोजच जेवत होतो. मग एक दिवस खाल्लं नाही तर काय बिघडलं? यात चिंता करण्यासारखं काय आहे? तक्रार कशासाठी करायची? मी आनंदी आहे.''

राजाने विचार केला, 'आता बघू किती दिवस हा आनंदात राहू शकतो?' दुसऱ्या दिवशी राजाने बघितले तरी कुंभार भजन गात होता. राजाने विचारले, ''काय झालं? मोठ्या आनंदाने भजन म्हणत आहेस? आजही उपाशी आहेस की जेवलास?'' कुंभार म्हणाला, ''आज आम्ही पोटभर जेवलो. आज मी विहिरीवर गेलो होतो. तिथे लोकांना पाणी भरण्यासाठी दिवसभर मदत केली. लोकांनी थोडेफार पैसे दिले, त्यात माझ्या व परिवाराच्या जेवणाचा प्रबंध करू शकलो. पोट खूप भरलंय. आता भजन म्हणतोय.'' कुंभार हसत-हसत उत्तरला.

राजाने मनातल्या मनात विचार केला, 'याने पोट भरण्याचा नवीन मार्ग शोधून काढला वाटतं. आता त्यावरसुद्धा एक कायदा काढतो. मग बघू काय करतो ते.' दुसऱ्या दिवशी राजाने दवंडी पिटवली, 'कोणीही पाणी भरण्यासाठी कोणाला मदत

करायची नाही व कोणीही मदत मागायची नाही. प्रत्येकाने आपल्या कुटुंबासाठी स्वतःच पाणी भरायचं आहे.' असा कायदा लागू करून राजा त्या रात्री कुंभाराच्या घराकडे गेला. बघितले तर कुंभार आजही आनंदाने भजन गाताना दिसला. राजाने आनंदाचे रहस्य विचारताच तो म्हणाला, ''आज नवीन झालेल्या कायद्यामुळे मला कोणाला पाणी भरण्यासाठी मदत करता आली नाही. मग मी शेतावर गेलो. तिथल्या लोकांना शेतीच्या कामात मदत केली. त्यात थोडे पैसे मिळाले.''

राजा हताश झाला. पण तो हार मानणाऱ्यातला नव्हता. त्याने विचार केला, 'हा कुंभार मोठा चतुर आहे. आपला उदरनिर्वाह करण्यासाठी काही ना काही मार्ग काढतोच. आता अशी काही क्लृप्ती शोधून काढली पाहिजे; जेणेकरून कुंभाराला एकही काम मिळणार नाही.' मनात काही निश्चय करून दुसऱ्या दिवशी त्याने दवंडी पिटवली, 'जे लोक इतरांकडे जाऊन मोलाने काम करतात, त्यांनी फौजेमध्ये भरती व्हायचे आहे. एक महिना पूर्ण झाल्यावर त्यांना पगार दिला जाईल.' आता कुंभार काय करतो बघू, असा राजाने विचार केला. राजाच्या आदेशानुसार कुंभाराला सैनिकाची नोकरी पत्करावी लागली. खाण्या-पिण्याची खूप आबाळ झाली. पण त्याचे मनोधैर्य खचले नाही. त्याच्या ईश्वरभक्तीत, संतुष्टभावनेत तसूभरही फरक पडला नाही.

दुसऱ्या दिवशी एका कैद्याला फाशी दिली जाणार होती. राजाच्या मनात आले, 'कुंभाराचं मन खूप हळवं आहे. तो दुसऱ्या जिवाला कधीही दुःख देत नाही, असं असताना तो या संकटातून कसा बाहेर पडतो, ते बघू.'

राजाने कुंभाराला बोलावून आदेश दिला, ''या कैद्याला तुला शिक्षा करायची आहे. तुझ्या तलवारीने तुला याचा शिरच्छेद करायचा आहे.'' हे ऐकून कुंभार थोडा बिथरला. प्रत्येक जिवात ईश्वराला पाहणारा कोणाची हत्या कशी बरं करू शकेल? तो ईश्वराला प्रार्थना करू लागला, 'हे देवा! माझ्याकडून कोणाचीही हत्या न घडो. कृपा करून मला मदत कर. असे दुष्कृत्य मी करू शकणार नाही. माझ्याकडून कोणाचीही हत्या होऊ नये, असं तुला वाटत असेल तर माझी लोखंडाची तलवार लाकडाची होऊ दे.' ही प्रार्थना तिथे उपस्थित सर्व लोकांनी व राजाने ऐकली. ईश्वराचे ध्यान करून त्याने आपल्या म्यानातून तलवार बाहेर उपसली आणि काय आश्चर्य! ती तलवार लाकडाची झाली होती! सर्वांना खूप आश्चर्य वाटले. 'अरे! हा तर मोठा चमत्कार घडला. कुंभाराने ईश्वराकडे केलेल्या आर्जवांमुळे लोखंडी तलवार लाकडी झाली. खरोखर हा मोठा भक्त आहे.'

या वेळी मात्र राजाने खरोखरच आपली हार स्वीकारली. त्याने कुंभाराची भक्ती, त्याचा ईश्वरावर असणारा विश्वास मान्य केला. राजाने संपूर्ण वृत्तान्त कुंभाराला कथन करून त्याची क्षमा मागितली. त्याला पुष्कळ इनाम दिले व म्हणाला, ''मी खूप भाग्यवान आहे. कारण माझ्या राज्यात तुझ्यासारख्या भक्ताचा निवास आहे.'' कुंभार आनंदाने इनाम घेऊन घरी आला व ते इनाम पत्नीला दाखवले. राजाने इतके भरपूर दिले होते, की आयुष्यभर काही काम न करताही तो आपला उदरनिर्वाह करू शकेल. आता त्याला कशाचीही कमतरता भासणार नव्हती.

कुंभाराने आपल्या पत्नीला सारा वृत्तान्त सांगितला तेव्हा त्याची पत्नी हळू आवाजात म्हणाली, ''तुम्ही रागावणार नसाल तर एक गोष्ट सांगू का?'' कुंभाराने विचारले, ''काय?'' पत्नी म्हणाली, ''दोन दिवसांपासून तुम्ही व मुलांनी जेवण केले नव्हते. तुम्ही तर मोठे आहात; पण मुलांना भूक सहन होईना. ती भुकेने तळमळत होती. माझ्याच्याने हे पाहवेना. घरी विकण्यासारखं काही सामानही नव्हतं. मग माझी नजर तुमच्या तलवारीकडे गेली. मी विचार केला, तसा तर तुम्ही याचा कधीच उपयोग करणार नाही. म्हणून मी ती तलवार विकली व आलेल्या पैशातून मुलांना खाऊ-पिऊ घातलं. तुमच्या लक्षात येऊ नये म्हणून उरलेल्या पैशांतून एक लाकडी तलवार बनवून आणली व म्यानामध्ये ठेवली.'' कुंभाराला बायकोचे हे बोलणे ऐकून खूप आश्चर्य वाटले. दोघांनी ईश्वराला अगणित धन्यवाद दिले. कारण त्याने दोघांनाही मोठ्या संकटातून वाचवले होते.

बघितले, बाह्यतः चमत्कार वाटणाऱ्या घटनेमध्ये वास्तविक ईश्वरलीला असते. ईश्वर अनेक शरीरांना याचा भागीदार करतो. जेवढी माणसे आहेत त्यांचा मूळ स्रोत, उगमस्थान एकच आहे, त्यांचे मनदेखील एकच असते. त्याला सामायिक मन (युनिव्हर्सल माईंड) म्हणतात. त्याला 'स्रोताचे मन' असेही म्हणू शकतो. ईश्वर सामायिक मनातून वेगवेगळ्या शरीरांना भिन्न-भिन्न विचार देतो व आपले काम करवून घेतो. जसे, राजाला वेगवेगळे कायदे करण्याचा व कैद्याचा शिरच्छेद कुंभाराकरवी करवून घ्यायचा विचार दिला. कुंभाराच्या पत्नीला तलवार विकून उपाशी मुलांना खाऊ-पिऊ घालण्याचा व लोखंडी तलवारीच्या जागी लाकडी तलवार ठेवण्याचा विचार दिला. कुंभाराला विहिरीवर जाऊन पाणी भरण्याचा, शेतात जाऊन काम करण्याचा व ईश्वराला तलवार लाकडी व्हावी यासाठी प्रार्थना करण्याचा विचार दिला.

अशा तऱ्हेने ईश्वर सर्वांना वेगवेगळे विचार देऊन दिव्य योजनेचे जाळे विणतो. परिणामस्वरूप जी घटना समोर येते, ती चमत्कार वाटते. खरे कारण समोर येते तेव्हा या घटनेमागचा अर्थ लक्षात येतो. ज्या घटनांमागचा अर्थ समजत नाही तेव्हा ती घटना चमत्कार समजून सोडून दिली जाते. आजही या पृथ्वीतलावर अनेक चमत्कारिक घटना घडत आहेत. त्याचे उत्तर वैज्ञानिकांकडे नाही. म्हणून याला 'नियतीचा चमत्कार' समजले जाते. ज्या दिवशी यामागचे रहस्य उलगडेल, त्या दिवशी ही विज्ञानाच्या नियमांवर आधारित तर्कशुद्ध गोष्ट बनेल.

यात समजून घेण्यासारखी मुख्य गोष्ट ही आहे, की आपले अनुसंधान थेट स्त्रोताशी जुळावे. त्याने दिलेले विचार ऐकून ते ग्रहण करायचे आहेत, त्यानुसार कार्य करायचे आहे. तरच, आपल्या जीवनातही असे चमत्कार घडतील. आपल्याला असंभव वाटणारी कार्ये संभव होतील, विपरीत समयी अप्रत्यक्षपणे मदत मिळेल. हे पाहून इतर लोक तोंडात बोटे घालतील आणि म्हणतील, 'अरे, हे तर केवढं आश्चर्य घडलं!'

स्त्रोताशी अनुसंधान जुळावे यासाठी ज्ञान, भक्ती, हृदयाची शुद्धता व लोककल्याणाची भावना वृद्धिंगत करा व स्वतःचे नाव 'देव' बनवा.

मनन प्रश्न

आपल्या जीवनात आपल्याला अप्रत्यक्षपणे कधी-कधी मदत मिळाली? त्या वेळी मदतनिसाच्या रूपात ईश्वराचे दर्शन झाले का?

कार्ययोजना

आपल्या आजूबाजूला असलेली 'माध्यमं' उघडण्याचा प्रयत्न करा; म्हणजे कोणाशी वैमनस्य असेल तर ते मिटवून टाका. निःस्वार्थपणे इतरांना मदत करण्याची सवय लावून घ्या. लक्षात ठेवा, हे तुम्ही स्वतःच्या भल्यासाठी करत आहात, इतरांच्या नाही!

अध्याय ९

सत्यसंघाची निर्मिती
सगुणाकडून निर्गुणाकडे

चुंबक जसे लोखंडाला आकर्षित करते, तद्वत समान गुण, समान विचार व तरंग एकसारखे असणारे लोक एकमेकांकडे आकर्षित होतात. हे अदृश्य रूपाने घडते. दिव्य योजनेनुसार ते भेटतात व संघ तयार करतात. एकमेकांचा विकास करण्यात सहयोग करतात. समविचारी लोक आपल्याबरोबर असावेत असे तुम्हांलाही वाटत असेल. कारण अशा माणसांशी तुमचे चांगले सूत जुळते. संत नामदेव व संत ज्ञानेश्वर यांची भेट याप्रमाणे होती. संत ज्ञानेश्वरांनी नामदेवांच्या आध्यात्मिक यात्रेला नवीन वळण दिले. चला, आता या सत्यसंघाच्या गोष्टीचा आनंद घेऊ.

संत ज्ञानेश्वरांचे नामदेवाच्या जीवनात पदार्पण

नामदेवांच्या विठ्ठलभक्तीची चर्चा संपूर्ण पंढरपूर गावात होत होती. दूरदूरपर्यंत ते प्रसिद्ध झाले होते. नामदेवांचे समकालीन संत ज्ञानेश्वर व त्यांची भावंडेही प्रसिद्धीच्या झोतात आली होती. संत ज्ञानेश्वरांनी संत नामदेवांबद्दल ऐकले होते त्यामुळे त्यांना भेटण्याची ओढ लागली होती. त्यांना वाटत होते, की नामदेवांनी आपल्याबरोबर तीर्थयात्रेसाठी यावे; जेणेकरून परस्परांचा सत्संग होईल व विचारांची देवाणघेवाण करण्याची संधी मिळेल.

संत ज्ञानेश्वरांनी नामदेवांना आपल्याबरोबर येण्यासाठी निमंत्रण दिले. सरळ स्वभावाच्या नामदेवांनी उत्तर दिले, ''आपल्यासारख्या संतांकडून माझ्यावर खूप मोठी कृपा झाली आहे. त्यासाठी मी कृतज्ञ आहे. परंतु माझं मन विठ्ठलचरणी लागलं

आहे. त्याला सोडून मी क्षणभरही कोठे जाऊ शकत नाही. हो, पण जर त्यांनीच मला जाण्याची आज्ञा दिली तर मी आनंदाने तुमच्याबरोबर येईन.'' त्या वेळी खुद्द ज्ञानेश्वरांनी पांडुरंगाकडे प्रार्थना केली, की त्यांनी नामदेवांना तीर्थयात्रेला येण्याची अनुमती द्यावी व पांडुरंगानेही तशी अनुमती दिली, असे म्हटले जाते. विठ्ठलाची आज्ञा प्रमाण मानून नामदेव आनंदाने संत ज्ञानेश्वरांबरोबर तीर्थयात्रेसाठी निघाले.

ही नुसती त्यांची भेट नव्हती; तर सगुण व निर्गुण या दोन विचारधारांचा समागम होता. संत नामदेव सगुण भक्तीच्या शिखरावर होते. त्यांच्या दृष्टीने ईश्वराचे एकच रूप होते 'विठ्ठल'! विठ्ठलाखेरीज इतर कशातही त्यांना ईश्वर दिसत नव्हता. त्याउलट, संत ज्ञानेश्वर अध्यात्माच्या अशा उच्च अवस्थेत पोहोचले होते जिथे भक्त प्रत्येक अचेतन-चेतन वस्तूंत एकाच चैतन्याचे दर्शन घेतो. दिव्य योजनेनुसार संत नामदेवांनाही त्या अवस्थेपर्यंत पोहोचवायचे होते. त्यासाठीचे पहिले पाऊल म्हणजे संत ज्ञानेश्वरांशी झालेली भेट हे होते.

पात्रता असेल तर आपोआप मिळते

निसर्गांचा नियम आहे की, पात्रता तयार होताच आपोआप सर्व काही मिळत जाते. विठ्ठलभक्तीमुळे संत नामदेव सांसारिक आकर्षणे, मोहमाया, विकार यांपासून अलिप्त झाले होते. त्यांचे मन शुद्ध, निर्मल व पवित्र झाले होते, ईश्वर ध्यानाने ओथंबून गेले होते; भक्तीच्या उच्च अवस्थेपर्यंत पोहोचले होते; तरीसुद्धा ज्ञानाची एक बाजू थोडी कमजोर होती. खरा ज्ञानी तोच असतो जो ईश्वरतत्त्व जाणतो. ईश्वराचे फक्त एकच रूप नसून ब्रह्मांडातील प्रत्येक प्रकट-अप्रकट, चेतन-अचेतन गोष्टींत त्याचा वास आहे. विठ्ठलही तोच, रुक्मिणीही तोच व नामदेवही तोच! नामदेवांमध्ये अजूनही द्वैतभाव शिल्लक होता. म्हणून त्यांचा अहंकार, 'व्यक्तिगत मी' जिवंत होता. तो मेल्याशिवाय मुक्ती मिळणे असंभव होते.

उच्चतम ज्ञान प्राप्त करण्याची नामदेवांची पात्रता तयार झाली होती. म्हणून त्यांच्या जीवनात संत ज्ञानेश्वरांचे आगमन झाले होते. त्यांच्याकडे अनुभवाचे ज्ञान होते. त्यांनी नामदेवांची भेट आपल्या गुरूबरोबर करून दिली व त्यांना मुक्तीचा मार्ग दाखवला.

भक्ती व ज्ञान परस्परविरोधी नाही; तर पूरक

लोकांनी ईश्वरप्राप्तीच्या आध्यात्मिक मार्गाचे दोन खंडात विभाजन केले आहे : ज्ञानमार्ग व भक्तिमार्ग. कोणी भक्तिमार्गाचा महिमा सांगते, तर कोणी ज्ञानमार्गाचा!

पण यामध्ये स्पष्टता यायला हवी, की भक्तिमार्ग व ज्ञानमार्ग या एकाच नाण्याच्या दोन बाजू आहेत. दोन्ही मार्ग एकमेकांना विरोधी नसून पूरक आहेत. ईश्वरप्राप्तीमध्ये ज्ञानाचे खूप महत्त्व आहे. ज्ञानाविना भक्ती चुकीच्या मार्गावर भरकटू शकते. भक्तांमध्ये अंधभक्ती, सत्त्वगुणांचा अहंकार जागृत होऊ शकतो. परंतु, जेव्हा साधकाच्या मनात भक्ती जागृत होते तेव्हाच त्याच्या व्यवहारात ज्ञान उतरू शकते, हेही तितकेच खरे आहे. भक्तिरहित ज्ञान माणसाला अहंकारी बनवते. ज्ञान देणारा ईश्वर भक्ताच्या अंतरंगात (हृदयात) वास करत असतो, हे वास्तव आहे. त्याची भक्ती खरी असेल तर ईश्वर त्याच्यापर्यंत कोणत्याही मार्गाने ज्ञान पोहोचवतोच. जसे, भक्त मीराबाईसाठी संत रविदास निमित्त ठरले. मीरेची कृष्णभक्ती कोणास ठाऊक नाही! पण, गुरू संत रविदासांना शरण गेल्यावरच तिला स्वानुभव प्राप्त झाला व अंतरंगातील राम व श्याममधील अंतर मिटले. म्हणून नंतरच्या भजनांमध्ये श्यामचे नाही, तर रामाचे नाव होते... उदाहरणार्थ, 'पायोजी मैने राम रतन धन पायो'.

असेच नियतीने आत्मज्ञानी संत ज्ञानेश्वर व विसोबा खेचर यांना संत नामदेवांसाठी निमित्त बनवले. त्यांच्या भेटीमुळे नामदेवांना कणाकणांत विठ्ठलाचे दर्शन होऊ लागले. भक्तीच्या परम अवस्थेत परमज्ञान प्राप्त होते आणि परमज्ञानाची अवस्था प्राप्त होणे भक्तीशिवाय असंभव आहे. स्वानुभव प्राप्त करण्यासाठी दोन्हींची गरज आहे.

मनन प्रश्न

आपण चेतन व अचेतन दोन्ही गोष्टींमध्ये एकाच परमचेतनेचे दर्शन (ज्ञान) घेऊ शकता का? भक्ती करू शकता का?

कार्ययोजना

आज दिवसभरात जे लोक भेटतील त्यांच्याकडे पाहून मनातल्या मनात म्हणा, 'यांच्यामध्ये तेच (तत्त्व) आहे, जे माझ्यात आहे.'

अध्याय १०

अहंकाराचा बोध
नामदेवांवर झालेली कठोर कृपा

भक्तांवर झालेली ईश्वराची सर्वांत मोठी कृपा कोणती? आपल्याला हे माहीत आहे का, भक्ताला आपल्यामध्ये असलेल्या अहंकाराचा बोध होणे ही सर्वांत मोठी कृपा आहे. कोणत्याही विकाराचा जोपर्यंत बोध होत नाही तोपर्यंत तो दूर होणे कठीण असते आणि अहंकार हा ईश्वरप्राप्तीमधला सर्वांत मोठा अडथळा आहे.

असे अनेक भक्त आहेत जे संसाराकडे पाठ फिरवून भक्तीत रममाण होतात; परंतु ते आपल्यातील सूक्ष्म अहंकार म्हणजे 'अहंभाव' याबाबत अनभिज्ञ असतात. ईश्वर, सर्व लोक व ते स्वत: वेगवेगळे आहेत, असे समजतात. जोपर्यंत त्यांच्यातील 'मी'पणा, अहंभाव दूर होत नाही, विलीन होत नाही, तोपर्यंत त्यांना ईश्वरप्राप्ती म्हणजेच स्वानुभव होऊ शकत नाही. संत ज्ञानेश्वरांच्या संगतीत आल्यामुळे संत नामदेवांवर ही कृपा झाली. त्यांना आपल्या अहंकाराचा बोध झाला तसेच गुरुप्राप्तीची तहान जागृत झाली. हे कसे आणि कधी घडले हे परंपरेने चालत आलेल्या कथेच्या माध्यमातून जाणून घेऊ.

कच्च्या घड्याापासून पक्का घडा बनण्याची सुरुवात

ज्ञानदेवांची बहीण मुक्ताबाई हिला नामदेवांमधील सत्त्वगुणी अहंकार जाणवला. ज्ञानेश्वर व त्यांची भावंडे नामदेवांना प्रथम भेटली, तेव्हा थोर संत म्हणून सर्व जण नामदेवांच्या पाया पडले. परंतु नामदेवांनी तसे केले नाही. मुक्ताबाई हे पाहत होती. तिला नामदेवांमध्ये भक्तीचा व आपल्यातील वैशिष्ट्यांचा अभिमान दिसून

आला. तरीसुद्धा त्यांच्यामध्ये चांगला वार्तालाप झाला, भक्तिमार्ग व अध्यात्म या विषयांवर चर्चा झाली. नामदेव चांगले भक्त आहेत, हे सर्वांनी जाणले. पण मुक्ताबाई म्हणाली, ''चांगले आहेत; पण मला एक गोष्ट खटकली. जसा चंदनाच्या झाडावर साप राहतो तसा नामदेवांच्या मनात अहंकाराचा वास आहे.''

पुढे जाऊन त्यांच्या भेटीगाठी वाढल्या. संत ज्ञानेश्वर व त्यांची भावंडे यांच्याबरोबर नामदेव काशीयात्रेला गेले. काशीहून निघून पंढरपूरकडे येताना वाटेत सर्व मंडळी संत गोरा कुंभार याच्या घरी थांबली. गोरा कुंभार मडकी तयार करण्याचे काम करत असे. ते एक उच्चकोटीतले ज्ञानी गृहस्थ होते. संत ज्ञानेश्वर व त्यांची भावंडे यांच्या मनात गोरा कुंभारांबद्दल असीम श्रद्धा होती.

रात्री सर्व जण त्यांच्या घरी भजने म्हणत होती. त्या वेळी गोरा कुंभार मडकी तयार करत होता. तेव्हा बोलता-बोलता मुक्ताबाईने* त्यांना विचारले, ''मडकं कच्चं आहे की पक्कं हे तुम्हांला कसं कळतं?'' उत्तरादाखल गोरा कुंभार म्हणाले, ''माझ्याकडे एक लाकडाची थापी आहे. प्रत्येक मडकं त्या थापीने मारून बघतो. मडकं पक्क झालं आहे का नाही, हे आवाजावरून लक्षात येतं.'' तेव्हा मुक्ताबाई विनोदाने म्हणाली, ''आपणही या मातीच्या घड्याप्रमाणे आहोत. ईश्वर आपल्याला घडवतोय तेव्हा आपणही आपली पात्रता तपासून पाहू, की कोण पक्कं आहे आणि कोण कच्चं आहे!''

गोरा कुंभारानेही थापी उचलली आणि चेष्टेने सर्वांच्या डोक्यावर हळुवारपणे मारायला सुरुवात केली. सर्व जण या खेळाचा आनंद घेत हसत होते. परंतु नामदेवांना ही गोष्ट फारशी रुचली नाही. त्यांना या गोष्टीचा राग आला होता.

गोरा कुंभाराने त्यांच्या डोक्यावर हळुवारपणे थापी मारत म्हटले, ''नामदेवा, तुझा घडा अजून कच्चा आहे. कारण तू अजून गुरू केला नाही. गुरूला शरण गेलास तरच पक्का घडा बनशील.'' हे ऐकून नामदेवांना खूप दुःख झाले. त्यांना 'कच्चा घडा' असे संबोधित केल्यामुळे अपमान वाटला. खिन्न मनाने ते तिथून निघून गेले.

या कृतीतून त्यांची एक गोष्ट स्पष्ट झाली, की त्यांच्यात भाव, विचार, वाणी, क्रिया यामध्ये एकरूपता होती. 'कच्चा घडा' म्हटल्यामुळे त्यांना राग आला, दुःख

---

* या घटनेसंदर्भात वेगवेगळ्या ग्रंथांत दोन मतप्रवाह आहेत. एकात संत ज्ञानेश्वरांनी संत गोरा कुंभारांना प्रश्न विचारला, असे सांगितले आहे; तर दुसऱ्यात मुक्ताबाईने कच्च्या घड्याबाबत प्रश्न विचारला, असे म्हटले आहे.

झाले. ते न लपवता त्यांनी सर्वांसमोर व्यक्त केले. अशा वृत्तीमुळे त्यांच्या आई-वडिलांचा त्यांच्यावर विश्वास होता. नामा कधी खोटं बोलणार नाही, याची त्यांना खात्री होती.

या घटनेनंतर नामदेव पंढरपूरला परत आले. विठ्ठलासमोर आपली व्यथा मांडली. विठ्ठलाने संत गोरा कुंभाराच्या बोलण्याचे समर्थन केले व म्हणाले, ''नामदेवा, तू माझा परमभक्त आहेस. पण, जोपर्यंत तू गुरूला शरण जात नाहीस तोपर्यंत तुझ्यातला अहंकार नष्ट होणार नाही आणि माझं खरं स्वरूप तू जाणू शकणार नाहीस.'' अशा प्रकारे आपल्या आराध्यदेवतेची आज्ञा घेऊन नामदेव गुरूच्या शोधार्थ निघाले.

अहंकाराचे दर्शन

ईश्वरप्राप्तीसाठी (स्वानुभव) अहंकार विलीन होणे आवश्यक आहे. त्यासाठी आधी अहंकाराचे दर्शन होणे गरजेचे आहे. अहंकार म्हणजे काय, हे समजते तेव्हाच त्याचे वास्तव रूप लक्षात येते. चला हे समजून घेऊ.

अहंकार दोन प्रकारचे असतात : सूक्ष्म अहंकार व स्थूल अहंकार. सामान्यपणे स्थूल अहंकाराला 'अहंकार' समजले जाते. बळ, शक्ती, सौंदर्य, पद, प्रतिष्ठा, खानदान, गुणवैशिष्ट्ये किंवा इतर काही वैशिष्ट्ये यांचा अहंकार असतो. एखाद्या माणसात एक किंवा अनेक अहंकार असू शकतात. मनन-चिंतनाद्वारे ते साधकाच्या चटकन लक्षात येतात. म्हणून बहुतेक जण या अहंकारांवर विजय मिळवतात. त्यांना वाटते, आपण अहंकारातून मुक्त झालो. पण हे सत्य नाही. सूक्ष्म अहंकारावर जोपर्यंत आपण विजय प्राप्त करत नाही, तोपर्यंत अहंकारापासून मुक्त होत नाही.

सूक्ष्म अहंकार हा खरा अहंकार आहे

स्वतःचे अस्तित्व ईश्वरापासून (सेल्फ, परमचैतन्य) वेगळे मानण्याचा भाव म्हणजेच हा सूक्ष्म अहंकार आहे. हा भाव स्वतःला इतरांपासून वेगळे व वरचढ समजतो. यामध्ये कर्ताभाव म्हणजे 'मी'पणा कार्यरत असतो. उदाहरणार्थ, 'मी किती नम्र आहे... हे मी केलंय... हे माझं आहे... मी वरचढ आहे... मी श्रेष्ठ आहे... मला हे पाहिजे... मला हे हवं... माझा अपमान झाला... माझा सन्मान झाला...इत्यादी.'

'मी, माझं, मला' हा भाव म्हणजे सूक्ष्म अहंकार आहे. यामुळे माणूस स्वतःचे वास्तव (मी ईश्वर आहे, अहं ब्रह्मास्मि) विसरून स्वतःला 'शरीर' समजून जगतो. आपली सारी हयात या 'मी'ला संतुष्ट करण्यात वाया घालवतो. तरी हा 'मी' कधीच

संतुष्ट होत नाही. या 'मी'च्या प्रभावामुळे माणूस स्वतःला ईश्वरापासून (सर्वव्यापी 'मी') वेगळं समजतो व सीमित जीवन जगतो. माणूस भक्ती करत असला तरी त्याला वाटते मी वेगळा व ईश्वर वेगळा आहे. हा ईश्वर व माणूस यांच्यामधील पडदा आहे. ज्ञानरूपी हवेने तो बाजूला होतो तेव्हा ईश्वरप्राप्ती म्हणजे सत्यप्राप्ती होते.

संत नामदेव भक्त होते. त्यांनी सर्व स्थूल अहंकारांवर विजय मिळवला होता. परंतु त्यांच्यातील सूक्ष्म अहंकाराचे दर्शन घडवून आणण्यासाठी एका योग्य गुरूची आवश्यकता होती. नियतीने ती व्यवस्था चोख केली. संत ज्ञानेश्वरांबरोबर त्यांना संत गोरा कुंभारांच्या सत्संगात जाण्याची संधी मिळाली. गोरा कुंभारांनी त्यांच्या सूक्ष्म अहंकाराला डिवचले होते. उद्विग्न अवस्थेत नामदेव विठ्ठलाला शरण गेले. तिथून त्यांना गुरूला शरण जाण्याचा आदेश मिळाला.

गुरूंचे महत्त्व

संत नामदेवांची जी आध्यात्मिक अवस्था होती, तिथे पोहोचल्यावर अनेक भक्तांची सत्यप्राप्तीची यात्रा थांबते. कारण त्या अवस्थेला ते अंतिम अवस्था समजतात. परंतु खरे ध्येय तर स्वानुभव प्राप्त करून त्यात स्थापित होणे व त्यानुसार संसारात अभिव्यक्त होणे हे आहे. स्वानुभव म्हणजे, 'मी तोच ईश्वर आहे, त्याच्यापासून कोणी वेगळी व्यक्ती नाही,' हे अनुभवाने जाणून घेणे व त्याच अनुभवात स्थापित होणे. सत्यसाधकांची आध्यात्मिक यात्रा सुरु राहावी व ते स्वानुभवाच्या ध्येयापर्यंत पोहोचावेत यासाठी जीवनात गुरू असणे खूप आवश्यक आहे. कारण, अजून तुम्ही अंतिम उद्दिष्ट गाठलेले नाही हे फक्त गुरूच सांगू शकतात.

संत नामदेव उच्च कोटीचे भक्त होते. ज्या भक्तांशी खुद्द ईश्वर येऊन वार्तालाप करतो, त्यांना एखाद्या गुरूची (शरीराची) काय गरज आहे, असे सामान्य लोकांना व नामदेवांसारख्या संतांना वाटते. तसेसुद्धा आजमितीला सत्याचे ज्ञान मिळवणे दुर्लभ राहिलेले नाही आणि ते ज्ञान गुप्तही ठेवलेले नाही. आजच्या घडीला सत्याचा बोध करून देणारे ग्रंथ व प्रवचने प्रत्येक भाषेत अनेक ठिकाणी उपलब्ध आहेत. इंटरनेटच्या माध्यमांद्वारे विपुल ज्ञान प्राप्त होऊ शकते; तर गुरू कशाला शोधायचा? याचे उत्तर असे आहे की, ज्ञानाचे भांडार जरी खुले असले तरी तुमच्या गरजेनुसार, स्वभावानुसार केव्हा व कोणते ज्ञान दिले जावे, तुमच्यासाठी उचित मार्ग कोणता, याचा बोध केवळ गुरूच करवून देऊ शकतात.

जसे, हजारो औषधे बाजारात असतात; पण रोग्याच्या आजारानुसार त्याला कोणते औषध लागू पडेल, ते केव्हा द्यायचे, केव्हा बदलायचे, केव्हा बंद करायचे हे केवळ एक कुशल डॉक्टरच सांगू शकतो. याप्रमाणे गुरू जाणतात की, शिष्यासाठी कोणता मार्ग केव्हा योग्य आहे. त्याच्यासाठी कोणत्या प्रकारचे कर्म, कोणते विचार व कोणती सेवा प्रेरणा बनू शकते. गुरूचे जीवनातले स्थान ओळखूनच नामदेवांना त्यांच्या अंतःकरणात विराजमान झालेल्या विठ्ठलाकडून गुरूंना शरण जाण्याचा आदेश मिळाला.

अंतःकरणातील गुरूकडून (तेजस्थान) बाहेरचे गुरू (विसोबा) मिळाले

असे म्हटले जाते की, 'ईश्वरकृपेमुळे गुरू भेटतो व गुरुकृपेमुळे ईश्वरप्राप्ती होते.' ही गोष्ट संत नामदेवांच्या बाबतीत खरी ठरली. त्यांच्याबाबतीत अजून एक वैशिष्ट्य आहे. सामान्यतः एखाद्या सत्यसाधकाला आधी बाहेरचे गुरू भेटतात, जे त्याला ज्ञान देऊन त्याच्या अंतरंगातील गुरूला (सेल्फ, स्रोत, मूळ उगम) जागृत करतात. परंतु नामदेवांच्या बाबतीत उलटे घडले. त्यांच्या अंतरंगातील गुरूने (विठ्ठलाच्या रूपातील ईश्वर) बाह्य गुरूला भेटण्याचा आदेश दिला.

कहाण्यांमध्ये वाचून किंवा एखाद्या चित्रपटातील दृश्ये पाहून लोकांची धारणा बनते, की ईश्वर साक्षात समोर प्रकट होतो व वार्तालाप करतो. वास्तवात हा वार्तालाप आंतरिक असतो. प्रश्न अंतरंगात उमटतात व उत्तरेही अंतरंगातून (तेजस्थान) मिळतात. ईश्वराशी असलेला हा संपर्कबिंदू प्रत्येकात आहे. त्याच्याशी अनुसंधान ठेवून कोणीही मार्गदर्शन घेऊ शकतो.

अहंकार (व्यक्ती, मीपणा) दूर होताच थेट स्रोताकडून मार्गदर्शन मिळू शकते. जे भक्त अहंकाररहित असतात व ईश्वरी संकेतांप्रति ग्रहणशील बनतात त्यांचे जीवन ईश्वराच्या आज्ञेने व्यतीत होते. पण माणूस आपल्यातील अहंकारामुळे ईश्वराचा आवाज बंद करतो. कारण, ईश्वराचे ऐकले तर त्याच्या अहंकाराचे अस्तित्व संपुष्टात येते. माणूस जर त्याच्या तेजस्थानाशी (अंतरंगातील स्रोताशी) ताळमेळ राखून त्याच्या आदेशानुसार जगला तर तो अनेक दुःखांतून मुक्त होईल. नामदेव स्रोताकडून येणाऱ्या मार्गदर्शनासाठी ग्रहणशील होते. म्हणून तिथून येणारा प्रत्येक संकेत पकडू शकत होते. जणू काही एखाद्याने समोर येऊन प्रत्यक्षात संभाषण करावे तसे ते ईश्वराशी संभाषण करत होते. म्हणून ईश्वराचे मार्गदर्शन त्यांच्यासाठी सहजसाध्य झाले.

मनन प्रश्न

हा अध्याय वाचल्यानंतर गुरूचे महत्त्व समजले आहे का?

कार्ययोजना

आज दिवसभर आपल्यातील सूक्ष्म अहंकाराकडे ('मी'पणा) लक्ष ठेवा. तो कधी जागृत होतो, कधी मोठेपणा घेतो, केव्हा दु:खी होतो, केव्हा सुखी होतो, याकडे लक्ष द्या.

❑❑❑

अध्याय ११

संत विसोबांची भेट
गुरुलीलेमुळे गेला अहंकार

एखाद्या साधकाला गुरुभेटीची जेवढी ओढ लागते तेवढीच तळमळ गुरूला योग्य शिष्यापर्यंत पोहोचण्याची असते. गुरू-शिष्य एकमेकांना पूरक असतात. दोघे परस्परांचे जीवन सार्थकी लावतात, पूर्णत्व प्राप्त होते. दोघांमधील संबंध दिवा व वात याप्रमाणे असतो. दोघांच्या भेटीमुळे ज्ञानाची ज्योत तेवू लागते. नामदेवांना जेव्हा त्यांचे गुरू विसोबा खेचर यांची संगत लाभली तेव्हा ते आत्मज्ञानी भक्त बनले. परंतु नामदेवांना साथ देण्यापूर्वी गुरूने आपल्या लीलेद्वारे शिष्यरूपी घड्याला ठोकून, थापून त्याच्या अज्ञानाची जाणीव करवून दिली. त्यानंतरच नामदेव समर्पित झाले. चला तर मग, गुरूच्या या मनोहर लीलेचा आनंद घेऊ.

गुरू विसोबांची लीला

नामदेवांच्या मनात गोरा कुंभाराच्या थापेच्या जखमेमुळे व आराध्य दैवत विठ्ठलाच्या आदेशामुळे गुरुदर्शनाची आस जागृत झाली. विठ्ठलाने नामदेवांना स्वप्नात जाऊन आदेश दिला, की त्यांनी विसोबा खेचर नावाच्या ज्ञानी संताला आपला गुरू मानावा, असे सांगितले जाते. विसोबा खेचर ज्ञानेश्वरांची आत्मयोगिनी बहीण मुक्ताबाईचे शिष्य होते. नामदेव त्यांचा शोध घेत होते.

एकदा ते नागनाथाच्या मंदिरात शिवदर्शनासाठी गेले. मंदिरात गेल्यावर त्यांना एक विचित्र दृश्य दिसले. त्यांनी पाहिले, की एक जर्जर वृद्ध, ज्याचे अंग कोडाने भरले होते, तो शिवलिंगावर पाय ठेवून झोपला आहे. हे पाहून नामदेवांचा पारा

चढला. ते संतापले. कोड फुटलेला तो वृद्ध माणूस पाहून त्यांच्या मनात घृणा दाटली होती. एकतर अशा माणसाला मंदिरात प्रवेश कोणी दिला? आणि वर तो शिवलिंगावर पाय ठेवून झोपला याचा त्यांना खूप राग आला. त्याच्या या साहसाची पराकाष्ठा नामदेवांना सहन झाली नाही.

नामदेव त्या वृद्ध माणसाला रागावू लागले, ''अरे, तुझी एवढी हिंमत! तुला काही लाजलज्जा... खुशाल शिवलिंगावर पाय ठेवून झोपला आहेस.''

काहीच झाले नाही असे दर्शवून वृद्ध म्हणाला, ''मला समजत नाही महाराज, तुम्ही मला का रागावत आहात? माझ्याकडून काही चुकलं का?''

यावर नामदेवांचा संताप अधिकच वाढला. ते म्हणाले, ''तुला थोडीतरी अक्कल आहे का? निर्लज्जपणे देवाच्या अंगावर पाय ठेवून झोपलास आणि मलाच विचारतोस काय चुकलं म्हणून?'' वृद्ध उत्तरला, ''महाराज, मी तर अत्यंत मूर्ख, अज्ञानी, अशिक्षित आहे. चूक-बरोबर मला काही कळत नाही. शिवाय, माझं शरीर इतकं जर्जर झालं आहे, की पाय हलवण्याचीसुद्धा माझ्या अंगात ताकद नाही. कृपाकरून तुम्हीच माझे पाय अशा ठिकाणी ठेवा, जिथे ईश्वर नाही.''

हे ऐकून नामदेवांनी रागाने त्यांचे पाय उचलून दुसरीकडे जोराने आपटले. त्याच वेळी महान आश्चर्य घडले. वृद्धाच्या पायाखाली पुन्हा शिवलिंग दिसू लागले. नामदेव परत त्याचे पाय उचलून दुसऱ्या बाजूला ठेवू लागले तर तिथेही शिवलिंग तयार झाले. त्यानंतर जिथे-जिथे ते त्या वृद्धाचे पाय ठेवत तिथे-तिथे शिवलिंग प्रकट होत होते. ही काय लीला आहे, हे त्यांना समजेना. सर्व ठिकाणी त्यांना शिवलिंग दिसू लागले.

हा वृद्ध कोणी साधासुधा माणूस नसून एक सिद्ध योगी आहे, हे नामदेवांच्या लक्षात आले. ही नक्कीच ईश्वरलीला आहे. त्यांनी वृद्धाचे पाय धरले व म्हणाले, ''महाराज, निश्चितच तुम्ही कोणीतरी दिव्य पुरुष आहात, जे हे रूप धारण करून आला आहात. कृपा करून मला आपली ओळख सांगा.'' यावर वृद्ध म्हणाला, ''माझं नाव विसोबा खेचर आहे.'' नाव ऐकताच नामदेवांनी त्यांचे पाय पकडून क्षमा मागितली. म्हणाले, ''महाराज, मला क्षमा करा. मी तुमची लीला समजू शकलो नाही. मी अज्ञानी व महामूर्ख आहे. मला आपल्या चरणांजवळ जागा द्या. माझ्या अपराधांची क्षमा करा व मला आपला शिष्य म्हणून स्वीकार करा.''

गुरूसमोर शरणागती

विसोबा खेचर ज्ञानमार्गावरील प्रसिद्ध संत होते. ते निराकार ईश्वराला मानत होते. कोणत्याही प्रकारचे पूजापाठ, कर्मकांड, तीर्थाटन, व्रत करत नव्हते. ते कोड फुटलेले वृद्ध नव्हते; तर ती एक गुरुलीला होती. ज्यामुळे शिष्य गुरुचरणावर समर्पित झाला. शिष्याच्या समर्पणामुळे गुरूने त्याचा शिष्य म्हणून स्वीकार केला. नामदेव भक्तीमध्ये प्रवीण होते; परंतु ज्ञानामध्ये न्यूनता होती. म्हणून खुद्द ईश्वराने त्यांना ज्ञानाच्या मार्गावर चालणाऱ्या गुरुचरणी पाठवले; जेणेकरून ज्ञान व भक्ती यांचे पारडे समान व्हावे.

संत विसोबा खेचर यांच्या पायावर डोकं ठेवून नामदेव म्हणाले, ''गुरुदेव, आजपर्यंत मी माझी समज व बुद्धी यांच्या हिशेबाने विट्ठलाची पूजाअर्चा केली आहे. परंतु विट्ठल यामुळे संतुष्ट झाले नाहीत. त्यांची इच्छा आहे की, मी आपलं अनुकरण करावं. कृपा करून माझा शिष्य म्हणून स्वीकार करा व परमात्म्याचं खरं ज्ञान प्रदान करा. आपणच माझ्या मुक्तीचा मार्ग उघडू शकता.''

नामदेवांना आपल्या अज्ञानाचे दर्शन घडवण्यासाठी व गुरुचरणी समर्पित करून घेण्यासाठीच विसोबा तिथे आले होते. ते म्हणाले, ''नामदेवा, खूप जप-तप, तीर्थाटन, व्रत-वैकल्य करूनही माणूस अज्ञानातून व अहंकारापासून सुटत नाही. ज्ञान मात्र माणसाला यातून मुक्त करू शकतं. खऱ्या आध्यात्मिक ज्ञानामुळे तुला स्वतःमध्ये ईश्वराचं दर्शन होईल. तू स्वदर्शनाला पात्र होशील. त्यासाठी तू फक्त परमात्म्याचं ध्यान कर व सगळीकडे त्याचाच वास आहे, हे बघ.''

त्यानंतर नामदेवांनी विधिपूर्वक विसोबा खेचर यांना आपले गुरू मानून त्यांचे शिष्यत्व पत्करले. मोठ्या आस्थेने, श्रद्धेने ते गुरूने दाखवलेल्या मार्गावरून चालू लागले. गुरुचरणी लीन झाल्याने त्यांच्या आचार-विचार-व्यवहार यात आमूलाग्र बदल झाला. आधी त्यांना फक्त विट्ठलाच्या मूर्तीतच ईश्वर दिसायचा. मात्र, आता त्यांना सभोवार प्रत्येक प्राणिमात्रांत ईश्वर दिसू लागला. द्वैत (दोनमध्ये विभाजित) मिटले आणि ते अद्वैतात (फक्त एक, एकम्) स्थापित झाले. अद्वैत ही अशी अवस्था असते जिथे फक्त ईश्वर असतो, त्याच्याव्यतिरिक्त कोणीच उरत नाही.

गुरूकडून प्राप्ती

आपल्या गुरूचा महिमा नामदेव एका अभंगात सांगतात, 'तिन्ही लोकांत व्यापलेला, आनंदाने भरलेला असा ईश्वरीय साक्षात्कार ज्या गुरूने करवून दिला, त्याचे चरण

मी कधीही विसरू शकत नाही. मी माझ्या मनोवृत्तींद्वारे* त्यांची आरती ओवाळतो. त्यांनी माझे ज्ञानचक्षू उघडले आहेत. आनंदाच्या आभूषणांनी मला सजवून स्वबोधाचा दिव्य साक्षात्कार करून दिला आहे. माझ्या भक्तिरूपी मातेने मला गुरुकृपेच्या सावलीत उभे केले आहे, जिथे मी हे प्राप्त करू शकलो.'

गुरूकडून प्राप्त झालेल्या गोष्टींविषयी ते दुसऱ्या एका अभंगात म्हणतात, 'हे सद्गुरू खेचर, तुम्ही सुखांचा दाता आहात. तुम्ही स्वतःच स्व-स्वरूप आहात. तुम्ही मला परमेश्वराचा साक्षात्कार घडवला. मला खरोखर ईश्वराचे दर्शन झाले आणि मी त्यातच बुडून गेलो आहे. ज्याप्रमाणे पाणी सागराला मिळाले की सागराप्रमाणे होऊन जाते, त्याप्रमाणे मी ईश्वराशी एकरूप झालो आहे. माझा अहंकार समूळ नष्ट झाला असून आता फक्त आनंदच उरला आहे.''

गुरुभेटीपूर्वी नामदेव भक्तिस्वरूप होतेच; परंतु गुरूकडून मिळालेले ज्ञान आत्मसात करून ते ज्ञानस्वरूपही बनले. ज्ञान आणि भक्तीच्या पवित्र संगमामुळे काही मिळणे व मिळवणे उरलेच नाही. भक्त आणि भगवान यांच्यातील अंतर मिटले होते. विठ्ठल व नामदेव आता एकरूप झाले होते. त्यांच्या या अवस्थेची उदाहरणे त्यांच्या अभंगात वाचायला मिळतात. हे विस्ताराने पुढील भागात पाहू.

मनन प्रश्न

ज्ञान प्राप्त करून घेण्यासाठी जिवंत गुरूला शरण जाणे तुम्हांला आवश्यक वाटते का? किती?

कार्ययोजना

मुक्ती प्राप्त करण्याची इच्छा असेल व जीवनात गुरूचे पदार्पण झाले नसेल तर ईश्वराकडे गुरुप्राप्तीसाठी प्रार्थना करा. जीवनात गुरू आले असतील तर त्यांचे महत्त्व जाणून गुरूच्या आज्ञेत राहा.

□□□

अध्याय १२

संत विसोबा खेचर यांची ओळख

गुरू-शिष्य भेट

मागील अध्यायात आपण पाहिले, की गुरू विसोबा खेचर यांना शरण गेल्यानंतर नामदेवांना आत्मज्ञान प्राप्त झाले आणि त्यांनी आपल्या जीवनाचे उद्दिष्ट पूर्ण केले. जे कूल-मूल लक्ष्य (स्वानुभव) प्राप्त करण्यासाठी मनुष्य जन्म लाभला आहे, ते पूर्ण झाले, तर समजा कृपा झाली आहे. नाहीतर माणसाला आपल्याला मिळालेल्या जीवनाचे उद्दिष्ट न कळताच अपूर्ण जीवन जगून तो पृथ्वीतलावरून निघून जातो.

अज्ञानी शरीराची स्थिती विझलेल्या दिव्याप्रमाणे असते. परंतु गुरुस्वरूप ज्योतिर्मय दिव्याच्या संपर्कात आल्यावर तो पुन्हा प्रकाशित होतो. गुरूची संगत लाभणे ही मोठी ईश्वरकृपा आहे. दुःखदायक गोष्ट अशी की, अनेक लोकांना ही संधी मिळते; पण ते गुरूला ओळखू न शकल्यामुळे दुर्लभ संधी गमावून बसतात. काही जण गुरूला आपल्याप्रमाणे शरीर समजतात. त्यामुळे ते गुरुप्रति समर्पित व ग्रहणशील होऊ शकत नाही. आपल्यावर ही कृपा व्हावी यासाठी ईश्वराला प्रार्थना करा, 'हे ईश्वरा, माझ्या जीवनात गुरूचं पदार्पण होऊ दे आणि मला त्यांना ओळखता येऊ दे.'

गुरूला कसे ओळखावे ?

गुरूची एकच ओळख आहे, एकच परीक्षा आहे. ज्याच्या संपर्कात आल्यावर, त्याची शिकवण ग्रहण करून, परिवर्तन घडले, आपले जीवन आनंदाने परिपूर्ण झाले, अज्ञानाच्या अंधकाराकडून (गोंधळ) जागृतीकडे (मौन) वाटचाल करू लागलो,

आपले विचार शुद्ध व सकारात्मक होऊ लागले, तर समजा तुम्हांला सद्गुरू लाभले आहेत. गुरूची शिकवण हा आपला अनुभव बनताच जीवनात परिवर्तन घडते, आनंदाचा वर्षाव सुरू होतो. तुमच्याकडे पाहून तुमच्या आजूबाजूच्या लोकांनाही वाटेल, 'यांना असं काय मिळालंय, ज्यामुळे ते इतके बदलले. शोध घेतला पाहिजे.' त्यामुळे तुमचे बदललेले जीवन इतरांसाठी प्रेरणास्त्रोत बनू शकते, त्यांना सत्याच्या मार्गावर आणू शकते. अशा एकामुळे दुसरा जोडला जाण्याच्या घटनांमुळे गुरू फक्त एकाचाच नाही, तर अनेकांचा उद्धार करतो. एक क्रमबद्ध शृंखला तयार होते.

चमत्काराला नमस्कार नको

अनेक जण चमत्काराच्या मागे धावतात. एखाद्याने सिद्धीच्या बळावर किंवा तांत्रिक गोष्टींचा वापर करून चमत्कार करून दाखवला तर ते त्यालाच गुरू मानू लागतात. पण तो खरा गुरू नाही. खरा गुरू तोच जो आपल्यातील अहंकार विलीन करून स्वानुभव जागृत करतो, स्वयंबोध करवून देतो. हे खरे ज्ञान आहे, आत्मज्ञान आहे. हे खऱ्या, अस्सल गुरूकडून प्राप्त होते. खरा गुरू आपल्या अंतर्यामी असलेल्या गुरूला जागृत करतो.

चमत्कार, सिद्धी या विज्ञानाच्या गोष्टी आहेत. त्यामुळे फक्त अहंकार वाढतो, समाप्त होत नाही. एखादा स्वतःला गुरू समजून तुम्हांला म्हणाला, 'मला शरण या. मी तुमचं अमुक-अमुक काम करून देतो. माझ्या शक्तीमुळे तुम्हांला नोकरी लागेल, मुले होतील.' तर सावध व्हा. तो खरा गुरू नाही. कारण, खरा गुरू जादूची कांडी फिरवून तुमची खोळंबलेली कामे करून देत नाही; तर खरा गुरू अज्ञान दूर करून तुमचे ज्ञानचक्षू उघडतो. त्यामुळे संकटाला संकट समजण्याच्या दृष्टिकोनात फरक पडतो. तुम्हांला जीवनाचे रहस्य उलगडते. मग तुम्ही स्वतःच एक जादूची छडी बनता आणि संकटे आपोआप दूर होतात.

गुरूसमोर जुने सोडण्याची तयारी करा

एकदा बाहेर खूप पाऊस पडत होता. एका माणसाला पावसात भिजण्याची इच्छा झाली. तो पावसात जाऊन उभा राहिला तरी भिजत नव्हता. कारण त्याने स्वतःच्या डोक्यावर छत्री धरली होती, जी तो सोडायलाही तयार नव्हता. छत्रीमुळे तुम्ही भिजत नाही, ही एक सामान्य गोष्ट आहे. असाच गुरुकृपेचाही पाऊस सतत पडत असतो. परंतु तुम्ही जुन्या धारणा, विचार व सवयी यांची छत्री घेऊन उभे राहिलात तर ज्ञानरूपी पावसात कसे भिजू शकाल?

गुरूकडून ज्ञान संपादन करायचे असेल तर प्रथम शिष्याची पात्रता तयार व्हायला हवी. त्याने आपले जुने विचार, धारणा, समजुती सोडून नवीन घेण्यासाठी ग्रहणशील असायला हवे. मात्र, काही जण आपल्या प्रवृत्ती, धारणा, जुन्या कल्पनांनाच इतके चिकटून बसतात, की नवीन ज्ञान घेण्यासाठी जागाच शिल्लक ठेवत नाही. त्यामुळे त्यांना वाटते गुरूचे ऐकूनही काही फरक पडला नाही.

संत नामदेव साकार, सगुण भक्तिमार्गाचे उपासक होते. परंतु ज्ञानमार्गी विसोबा खेचर यांना शरण गेले तेव्हा पूर्णपणे रिक्त होते. नवीन ग्रहण करण्याची पात्रता त्यांच्यात तयार झाली होती. त्यांनी आपले जुने संस्कार, धारणा, भक्तीची पद्धत बाजूला सारली, त्यामुळे ते गुरूकडून नवीन ज्ञान ग्रहण करू शकले. म्हणूनच उच्चतम ज्ञान त्यांच्या अनुभवात उतरले. तुम्ही तुमचे जुने विचार सोडायला तयार नसाल तर कोणताच गुरू तुमच्या डोळ्यांवर बांधलेली अज्ञानाची पट्टी उतरवू शकणार नाही.

श्रद्धा, समर्पण, विश्वास-शिष्याची शस्त्रे

माणसाच्या मनात लहानपणापासून खोलवर रुजलेल्या चुकीच्या धारणा, माहिती, वृत्ती-प्रवृत्ती काढण्यासाठी गुरूला मोठी शस्त्रक्रियाच करावी लागते. ही शस्त्रक्रिया शरीरावरची नसून मन, बुद्धी, अहंकार यावर करावी लागते. जेव्हा गुरू एखाद्या अहंकारी माणसाला सांगतात, 'तुझ्यातला अहंकार तुला सोडावा लागेल,' तेव्हा तो मनात चरफडतो, 'मला अहंकारी समजतात. माझा अवमान करतात.'

संत नामदेवांच्या बाबतीत असेच घडले होते. संत गोरा कुंभारांनी थापीने डोक्यावर थापटून 'कच्चा घडा' म्हटल्यामुळे त्यांचे मन विषण्ण झाले होते. म्हणून सहानुभूती मिळवण्यासाठी ते धावतच विठ्ठलाकडे गेले. त्या वेळी त्यांचे आराध्य दैवत, गुरू सर्व काही विठ्ठलच होता. विठ्ठलाप्रति त्यांची पूर्ण श्रद्धा होती, ते त्याच्यापुढे समर्पित झाले होते. पण विठ्ठलानेच गोरा कुंभाराच्या मताला दुजोरा दिला तेव्हा त्यांनी कबूल केले. आता विचार करा, जर त्यांच्या मनात विठ्ठलाप्रति श्रद्धा, समर्पण व विश्वास नसता तर त्यांचे म्हणणे नामदेवांनी ऐकले असते का? कधीच नाही. विठ्ठलाने दिलेल्या आज्ञेमुळे ते संत विसोबांप्रति ग्रहणशील बनले. परिणामस्वरूप, त्यांच्या शिकवणीचा त्वरित परिणाम झाला.

ज्ञानप्राप्तीच्या मार्गावर अहंकारावर बरेच आघात होतात. अशा बऱ्याच गोष्टी कानावर येतात, त्या ऐकून तार्किक बुद्धी म्हणते, 'असं कसं होईल?' ज्ञानप्राप्तीच्या

मार्गावर बेलगाम मनाला लगाम घालावा लागतो, पंचेंद्रियांना संतुष्ट करणे बंद होते. हे सगळे लक्षात घेता माणसाला अनेक त्रासांना सामोरे जावे लागते. त्याच्या मनात गुरूविषयी श्रद्धा, समर्पण व विश्वास असेल तर तो कोणताही किंतू मनात न बाळगता गुरुआज्ञेचे पालन करत सर्व अडचणींमधून सहजपणे, आनंदाने बाहेर पडतो.

मनन प्रश्न

आपण गुरुआज्ञेचे पालन किती टक्के करता यावर कपटमुक्त मनाने मनन करा.

कार्ययोजना

गुरुआज्ञेचे पालन करताना शरीर-मन-बुद्धीच्या स्तरावर कोणते अडथळे येतात? उदाहरणार्थ, मन व शरीर ध्यानासाठी बसू शकत नाही, बुद्धी तार्किकदृष्ट्या विचार करते, अशा अडथळ्यांची एक यादी तयार करून गुरूसमोर समर्पित करा.

❑❑❑

अध्याय १३

अनुभवाची अभिव्यक्ती
सर्वांभूती परमेश्वर (भाग १)

गुरू प्राप्त होण्यापूर्वी नामदेव कर्मकांडात रमणारे, श्रद्धावान भक्त होते. त्यांचे जीवन मूर्तिपूजा, भजन-सत्संग, व्रत-वैकल्य, उपवास, तीर्थयात्रा यातच सीमित होते. फक्त विठ्ठलाच्या मूर्तीत त्यांना ईश्वरदर्शन होत असे, इतर देवांच्या मूर्तीत किंवा प्राणिमात्रांत होत नसे. आत्मयोगी संत विसोबांकडून ज्ञान प्राप्त केल्यानंतर हळूहळू ते कर्मकांडांपासून दूर होऊ लागले व ज्ञानाचा प्रकाश झगमगू लागला. ईश्वराला प्रसन्न करण्यासाठी कोणत्याही कर्मकांडांची गरज उरली नाही. ते सतत स्वयंबोधात लीन राहू लागले. त्यांना विठ्ठल फक्त मूर्तीत नाही; तर सर्व प्राणिमात्रांत दिसू लागला होता. त्यांच्या दृष्टीने सारा आसमंत विठ्ठलाने व्यापला होता. ते म्हणत, 'फक्त मंदिरातल्या मूर्तीत विठ्ठल आहे असे मी मानत नाही.'

संत रविदासांकडून ज्ञान प्राप्त झाल्यानंतर मीरेच्या दृष्टीने राम व श्याम एकच झाले त्याचप्रमाणे संत गुरू विसोबांकडून ज्ञान प्राप्त केल्यानंतर नामदेवांच्या दृष्टीने विठ्ठल व ईश्वराची अनेक रूपे यात फरक राहिला नाही. आता त्यांना प्रत्येक रूपात, वेषात, जिवात, अचेतन वस्तूत एकमेव ईश्वरीय चैतन्याचे (सेल्फचे) दर्शन होऊ लागले. कारण अध्यात्माची मूळ समज त्यांच्या अनुभवात उतरली होती. मूळ समज म्हणजे सर्व अचेतन, जीवजंतू, प्राणिमात्र हे त्या एकाच परमचेतनेचे (सेल्फचे) प्रकटीकरण आहे. सर्व त्याचीच रूपे आहेत. तसेच ईश्वराची जी प्रचलित रूपे

आहेत– उदाहरणार्थ, राम, कृष्ण, देवी, विठ्ठल, शिव आदी– ती एकाच निराकार ईश्वराची साकार रूपे आहेत.

संत नामदेवांची ही समज दृढ होती, हे दर्शवणारी एक छानशी गोष्ट वाचू या.

कुत्र्याने पळवली पोळी

एकदा संत नामदेव यात्रेसाठी निघाले. त्यांनी बरोबर जेवणाचा डबा घेतला. डब्यात पोळ्या, लोणचं, तूप घेतले होते. चालून-चालून भूक लागल्यावर ते एका डेरेदार वृक्षाखाली जेवण्यासाठी थांबले. डब्यातून पोळ्या काढून त्या एका बाजूला ठेवून ते तुपाचा डबा काढू लागले. डबा काढण्यासाठी वळताक्षणी कुत्र्याने बाजूला ठेवलेल्या पोळ्या पळवल्या. नामदेवांनी कुत्र्याला पोळ्या घेऊन पळताना बघून ते तुपाचा डबा घेऊन त्याच्यामागे पळू लागले. म्हणाले, ''देवा, नुसत्या कोरड्या पोळ्या खाऊ नका! मी त्यावर तूप लावून देतो, मग खा! जरा थांबा! मी तुम्हांला तूप लावलेली पोळी माझ्या हाताने भरवेन.'' नामदेवांना कुत्र्यामध्येसुद्धा ईश्वर दिसत होता. म्हणून तूप लावलेली पोळी त्याला खाऊ घालण्याची इच्छा त्यांना झाली. पण कुत्रा हे सत्य कसे जाणणार? तो आणखी जोरात पळू लागला.

ही गोष्ट सिद्ध करते की, ज्या नामदेवांनी कोड फुटलेल्या वृद्धाचा मंदिरात अपमान केला होता, तसे ते नादान भक्त राहिले नव्हते. त्या जागी समदृष्टी प्राप्त झालेला एक योगी-भक्त प्रकट झाला होता, त्यांना प्रत्येक रूपात ईश्वरच दिसत होता.

अग्नीतही ईश्वरीय सत्तेचे दर्शन

नामदेवांना फक्त चेतन-अचेतन गोष्टीतच नव्हे, तर पंचतत्त्वातही म्हणजे पाणी, अग्नी, वायू, आकाश व पृथ्वी यातही ईश्वराची अनुभूती होऊ लागली. ही गोष्ट प्रकट करणारी त्यांच्या जीवनातील घटना पाहू.

एकदा नामदेवांच्या झोपडीला आग लागली. त्यामुळे झोपडीतील वस्तू जळायला लागल्या. एखादा सामान्य माणूस असता तर त्याने आरडाओरडा करून माणसे गोळा करून आग विझवण्याचा प्रयत्न केला असता. परंतु नामदेव तर परम समदर्शी भक्त होते. आग विझवण्याऐवजी त्यांनी बाजूला सुरक्षित असलेल्या वस्तूही आगीत फेकण्यास सुरुवात केली.

असे करता-करता ते तोंडाने म्हणत होते, 'हे प्रभू, मी भाग्यवान आहे. आज माझ्या झोपडीत तुम्ही अग्नीच्या रूपात प्रकट झाला आहात. या अग्नियज्ञात मी माझ्या समस्त वस्तूंची आहुती देत आहे, ज्या मी 'माझ्या' म्हणून जपल्या होत्या. पण या माझ्या नसून तुमच्या आहेत, हे आता माझ्या लक्षात आले आहे. याचा स्वीकार करून मला कृतार्थ करा.' संत नामदेवांनी वस्तूंची आहुती टाकताच आगीने रौद्र रूप धारण केले. सगळी झोपडी जळून खाक झाली. एवढे होऊनही नामदेव अतिशय प्रसन्न होते. कारण त्यांनी ईश्वराच्या वस्तू ईश्वरालाच समर्पित केल्या होत्या. असे म्हटले जाते की, विठ्ठलाने स्वतः कामगारांच्या वेषात येऊन नामदेवांना नवीन झोपडी बांधून दिली.

इदं न मम (हे माझे नाही)

तुम्ही कधी यज्ञ केला असेल किंवा एखाद्याला करताना बघितले असेल तर यज्ञात आहुती देताना म्हणावे लागते, 'इदं न मम, इदं अग्नेय' (हे अग्नीचे आहे, माझे नाही)... 'इदं वरुणाय, इदं न मम' (हे पाण्याचे आहे, माझे नाही). म्हणजेच मी हे जे काही समर्पित करत आहे ते निसर्गांकडून आलेले असून हे त्याचेच आहे, माझे नाही. मी याच्यावर असलेली स्वामित्वाची भावना दूर करतो. वेगवेगळ्या वस्तू, माणसे यांच्याशी असलेली आसक्ती संपवणे हा यज्ञामागचा हेतू असतो. 'हे माझे नाही, तुझे (ईश्वराचे) आहे' हा भाव आत्मसात करणे, हे खरे अध्यात्म आहे.

संत नामदेवांना त्यांच्या झोपडीला लागलेली आग यज्ञासमान वाटली. त्यात ते अहंभाव समर्पित करत होते, वस्तूंबरोबरची आसक्ती समर्पित करत होते. लोकांच्या दृष्टिकोनातून हा मूर्खपणा वाटत असला तरी एका भक्ताच्या दृष्टीने हा ज्ञानयज्ञ होता, अनासक्त यज्ञ होता; जो अंतरंगातील अहंकाराला जाळून मुक्तीचा दरवाजा उघडत होता.

सीमिताकडून असीमतेकडे

या पुस्तकामध्ये १ ते १३ अध्यायांमध्ये संत नामदेवांच्या जन्मापूर्वीपासून ते आतापर्यंतची पूर्ण आध्यात्मिक यात्रा बघितली. पहिल्या अध्यायात जी भक्ती पारिवारिक भक्तिमय वातावरण व स्वतःमधील पूर्व संस्कार यामुळे सहजपणे जागृत झाली होती, ती या (तेराव्या) अध्यायापर्यंत गुरुकृपेमुळे ध्येयापर्यंत पोहोचली. भक्तीची सुरुवात कोठूनही होऊ दे, त्याचा शेवटचा टप्पा एकच असतो. त्याला स्वानुभव म्हणतात. स्वानुभव म्हणजे स्वतःची ओळख, स्वयंबोध! मी कोण

आहे? ईश्वर कोण आहे? तो कसा आहे? कुठे आहे? मी पृथ्वीतलावर का आलो आहे? आदी प्रश्नांची उत्तरे स्वानुभवाच्या अवस्थेत अनुभवाने जाणली जातात. त्यानंतर ईश्वरलीला समजण्यासाठी कोणत्या ग्रंथाची किंवा तर्काची गरज भासत नाही. संत नामदेवांच्या या भक्तियात्रेमध्ये आलेल्या वेगवेगळ्या टप्प्यांची संक्षिप्त रूपात माहिती समजून घेऊ.

सीमित भेदभक्ती

भेदभक्तीमध्ये भक्त द्वैत (दोनमध्ये विभाजीत) भावात भक्ती करतो. जिथे भक्त व भगवान वेगळे असतात. भक्त एखाद्या रूपाशी (उदाहरणार्थ, राम, कृष्ण, विठ्ठल, देवी, शिव, गुरू आदी) ईश्वराचा संबंध जोडून भक्ती करतो. तो स्वतःला 'ईश्वराचा दास' म्हणवतो. ईश्वराशी मित्र, भाऊ, बहीण, आई, वडील, शिष्य असे नाते प्रस्थापित करतो.

अशा भक्तीमध्ये भक्त ईश्वराचे नामस्मरण करतो, भजन गातो, स्तुतिपर गायन करतो, चरित्रपठण करतो. अशा प्रकारे ईश्वराची पूजा करतो. पूर्णपणे समर्पित होऊन तो आपली सर्व कार्ये निष्काम भावनेतून करतो. जीवनात जे काही प्राप्त होते ते ईश्वराचा प्रसाद समजून स्वीकारतो.

वास्तविक ही भक्तिपूर्ण भक्ती नाही. तरीही, त्याचे काही फायदे होतात. अशी भक्ती केल्यामुळे भक्ताचे मन शुद्ध होते, इच्छांपासून मुक्ती मिळते व स्वीकारभाव जागतो. सर्वांप्रति नाही; तरी कमीत कमी एखाद्या ईश्वरी रूपासमोर त्यांचा अहंकार समर्पित होतो. त्याच्यात दया, करुणा, क्षमाशीलता, परोपकार अशा गुणांचा विकास होतो. म्हणजेच सीमित भेदभक्तीद्वारे त्याची असीमित दिव्यज्ञान भक्ती प्राप्त करण्याची पात्रता तयार होते. संत नामदेवांच्या अंगी ही पात्रता तयार झाली तेव्हाच त्यांच्या जीवनात त्यांना पुढील ज्ञान प्राप्त होऊ लागले.

असीमित दिव्यज्ञान भक्ती

ही भक्तीची उच्च अवस्था आहे. गुरूकडून ज्ञान प्राप्त झाल्यानंतर ईश्वराच्या रहस्यांचा पडदा दूर होऊन भक्त ईश्वरामध्ये एकरूप होतो. या अवस्थेमध्ये भक्त व भगवान असे एकरूप होतात, जशी नदी सागराला मिळाल्यावर तीही सागर बनते. अनुभवाच्या या अवस्थेचे वर्णन स्वानुभव, आत्मसाक्षात्कार, मोक्ष, मुक्ती अशा शब्दांनी केले आहे.

या अवस्थेत माया नष्ट होऊन शरीरामध्ये परमचैतन्य प्रकट होते, तसेच माणसाला द्वैतातून मुक्ती मिळते. नाहीतर माणूस शेवटच्या घटकेपर्यंत द्वैतातच जीवन जगतो. जसे, सुख-दु:ख, सफलता-असफलता, जीवन-मृत्यू, मान-अपमान, मी-तू वगैरे... हे भेदभाव स्वानुभव प्राप्त झाल्यानंतर मिटले जाऊन त्याच्याही पलीकडे असलेले निव्वळ प्रेम, आनंद व मौनच फक्त शिल्लक राहते.

भक्त, भक्तीच्या कोणत्याही अवस्थेत असला तरी दिव्य ज्ञानभक्ती प्राप्त करणे हेच त्याचे सर्वोच्च ध्येय असते. या अवस्थेत येणारा अनुभव शब्दांत सांगता येत नाही. तो अनुभवानेच जाणावा लागतो. हा अनुभव शरीर व इंद्रिये यांच्या पलीकडचा आहे. हा अनुभव प्राप्त करण्यासाठी शरीर फक्त निमित्त आहे. जसे, डोळ्यांकडे बघण्यासाठी आरसा निमित्त आहे, तसेच ईश्वर माणसाच्या शरीराच्या माध्यमातून स्वत:ला बघतो. संत कबीर, संत ज्ञानेश्वर, मीराबाई, मुक्ताबाई, विसोबा यांची भक्ती या स्तरावरची होती आणि आता नामदेवसुद्धा या सूचीत सामील झाले होते.

दिव्य ज्ञानभक्तीनंतर...

आता आपल्याला वाटेल, भक्तीची ही सर्वोच्च अवस्था प्राप्त केल्यानंतर पुढे काय मिळवायचे आणि काय करायचे उरते? परंतु असे नाही. भक्त व ईश्वर एकरूप झाल्यावर ईश्वरलीला साकारण्यासाठी पुन्हा विभक्त (वेगळे) होतात.

ही खूप गहन व अंतरंगातील गोष्ट आहे. बाह्यत: हे समजून घेता येत नाही. या जगात दिसणाऱ्या ईश्वरलीला या स्तरावरच्या आहेत. श्रीकृष्ण, श्रीराम, ईसा मसीह, गौतम बुद्ध, महावीर स्वामी, गुरू नानक यांसारख्या महान युगपुरुषांनी याच उच्चतम अवस्थेत राहून जगामध्ये लोककल्याणासाठी अभिनय केला. बाह्यत: भले त्यांचे जीवन संघर्ष व दु:खाने भरलेले दिसत होते; परंतु त्यांची आंतरिक अवस्था परमानंदाने भरलेली होती. त्यांचे जीवन इतरांना शिकवण्यासाठी, त्यांच्यात सजगता निर्माण करण्यासाठी होते. ही ईश्वरीय योजना होती.

मनन प्रश्न

आपली भक्ती कोणत्या स्तरावर आहे? आपण कशामध्ये ईश्वरी अनुभूती घेऊ शकता?

कार्ययोजना

प्रत्येकात एकच चेतना आहे, ती बघण्याचा प्रयत्न करा. ईश्वराच्या वेगवेगळ्या मूर्तीत एकाच चेतनेची अनुभूती घ्या.

□□□

अध्याय १४

अध्यात्माची मूळ समज

सर्वाभूती परमेश्वर (भाग २)

या अध्यायात आपण अध्यात्माची मूळ समज जिला 'परमज्ञान, आत्मज्ञान, सांख्ययोग' इत्यादी नावांनीही संबोधले जाते, ती प्राप्त करून घेऊ. संत नामदेवांना गुरू विसोबा यांच्याकडून ही समज प्राप्त झाल्यानंतर त्यांचा दृष्टिकोन आमूलाग्र बदलला आणि त्यांना सामान्य कुत्र्यामध्येसुद्धा ईश्वराचे दर्शन झाले. हे तेच आत्मज्ञान आहे, जे नचिकेताला यमराजाकडून, अर्जुनाला श्रीकृष्णाकडून, संत ज्ञानेश्वरांना निवृत्तिनाथांकडून, कबीरांना गुरू रामानंदांकडून, श्रीरामाला गुरू वसिष्ठांकडून, स्वामी विवेकानंदांना रामकृष्ण परमहंसांकडून प्राप्त झाले. हे एकच उच्चतम ज्ञान आहे जे वेगवेगळ्या गुरू-शरीरांच्या माध्यमातून, वेगवेगळ्या पद्धतीने, भाषेमध्ये शिष्यांना प्राप्त झाले, पुढेही मिळत राहील.

ज्या प्रश्नांची उत्तरे आज विज्ञानही देऊ शकत नाही, ती या आत्मज्ञानामुळे समजतात. जसे, ईश्वर कोण आहे, माया म्हणजे काय, जीव म्हणजे कोण, हे संपूर्ण जग म्हणजे काय, हे ज्ञान कोणते आहे, ज्याच्यामुळे ईश्वर आणि स्वत:चे मूळ स्वरूप जाणले जाऊ शकते... या अशा प्रश्नांच्या उत्तरांचा एक ग्रंथ लिहिला तरी अपुरा पडेल. तरीसुद्धा इथे आपण थोडक्यात जाणण्याचा प्रयत्न करू.

ईश्वर (सेल्फ) आणि माया म्हणजे काय?

ईश्वर, अल्ला, गॉड याला आपण 'सेल्फ' किंवा 'परमचेतना' म्हणू शकतो. मूळ रूपात ईश्वराला महाशून्य, निराकार, अजन्मा, सर्वव्यापक, अनादी, अनंत,

निःशब्द, अद्वैत (जिथे दुसरा कोणी नाही) असे संबोधले जाते. पण हे शब्दसुद्धा त्याचे वर्णन करण्यास असमर्थ आहेत. कारण ईश्वर स्वतः अपरिभाषित आहे. ईश्वराचे मूळ रूप त्याची समाधी-अवस्था आहे. त्याला आपण 'सेल्फ इन रेस्ट' असेही म्हणू शकतो.

आपण डोळ्यांनी सारे जग बघतो; पण डोळ्यांना स्वतःलाच बघायचे असेल तर ते कसे जमेल? तर, त्यासाठी आरशासमोर उभे राहावे लागेल, आरशाच्या माध्यमातून डोळे स्वतःला बघू शकतील. त्याचप्रमाणे ईश्वरालाही स्वतःला जाणून (एक्सप्लोर करणे) घ्यायचे होते, स्वतःचा अनुभव घ्यायचा होता म्हणून त्याने माया निर्माण केली. मायेला ईश्वराची जादू (आरसा)सुद्धा म्हणू शकतो. माया निर्माण करून ईश्वर विभक्त झाला, एकातून दोन तयार झाले. ईश्वर व त्याची माया याला अध्यात्मात वेगवेगळ्या नावांनी ओळखले जाते. जसे, माया व मायापती, पुरुष व प्रकृती, शिव व शक्ती, जीव व जीवात्मा, लीला व लीलाधर इत्यादी. कोणतेही नाव दिले तरी गोष्ट एकच आहे. माया समाधिस्थ ईश्वराच्या क्रियाशीलतेचे नाव आहे.

आणखीन एक गोष्ट समजून घ्यायला हवी की, वास्तविक ईश्वर एकाचा दोन झाला नाही; तर फक्त दोन असण्याचा भ्रम उत्पन्न केला. म्हणजे, तसे पाहिले तर मायेचे अस्तित्व काही नाही. ती केवळ भासमान आहे. ही ईश्वराची रचनात्मकता आहे, ज्याने भ्रमाला सत्यापेक्षा जास्त विश्वसनीय बनवले. समजा, एखाद्या आरसेमहालात तुम्ही गेलात तर सगळीकडे तुमचे प्रतिबिंब दिसेल. इतरांच्या लक्षातही येणार नाही की तुम्ही नक्की कुठे आहात? असेच मायेच्या बाबतीत आहे. मायेमध्ये उपस्थित असलेला ईश्वर आपण शोधू शकत नाही.

आत्मज्ञानाची गरज काय?

माणसाचे शरीर स्थूल असल्यामुळे तो आरसेमहालात असताना प्रयत्न केल्यास सापडू तरी शकतो. परंतु मायेमध्ये आपल्या अगणित प्रतिबिंबांमध्ये लपलेला निराकार, निर्गुण, सूक्ष्म, अदृष्टीगोचर असा ईश्वर कसा सापडणार? अशासाठी आत्मज्ञानाची गरज आहे. संसार नावाच्या मायावी भ्रमात हरवूनसुद्धा आनंदी राहणाऱ्या सामान्य माणसांना आत्मज्ञानाची आवश्यकता भासत नाही. आध्यात्मिक ज्ञानाला व्यर्थ समजून ते सांसारिक ज्ञान-विज्ञानालाच महत्त्व देतात. परंतु जो ईश्वराचा शोध घेत आहे, भक्त आहे, स्वतःचे अस्तित्व शोधत आहे त्याच्यासाठी आत्मज्ञान प्राप्त करणे अनिवार्य आहे.

आत्मज्ञान प्राप्त होण्यापूर्वी संसारात जे काही दृष्टिपथात येते, ती सर्व मायाच आहे. मायेच्या प्रभावामुळे दोन गोष्टी एकमेकांपासून वेगळ्या दिसतात, दोन व्यक्तींमध्ये भेद दिसतो. सत्य 'एक' आहे तर मायेचा भ्रम त्याला 'मी', 'तू', 'तो' यामध्ये विभक्त करून टाकतो. सर्वांना पृथक समजण्याचा माणसाचा दृष्टिकोन मायेमुळे येतो. परंतु आत्मज्ञानाच्या प्रकाशामुळे मायेचा पडदा दूर होतो तेव्हा सर्वत्र एकच ईश्वर (सेल्फ) दिसू लागतो. जसे, नामदेवांच्या बाबतीत घडले.

जिवाची स्थिती

जीव किंवा व्यक्ती यांच्याबाबत बोलायचे झाले तर एका समीकरणाद्वारे समजून घेऊ :

जीव = स्थूल शरीर + मन + बुद्धी + अहंकार + (सेल्फ) ईश्वर

माया = स्थूल शरीर + मन + बुद्धी + अहंकार

अशा प्रकारे जीव, माया व सेल्फ मिळून बनलेले एक मनोशरीर यंत्र आहे. या यंत्रामधील मन, बुद्धी, अहंकार, स्थूल शरीर ही सर्व मायेची अंग आहेत आणि या सर्वांमध्ये बसलेला (सेल्फ) ईश्वर हे यंत्र चालवणारी चेतना आहे. ही चेतना एकमेव सत्य आहे. जी नेहमी असते, आहे आणि राहील. बाकी सगळे काळानुरूप तयार होईल व नाश पावेल.

अहंकार जिवाच्या आत असलेला 'मी'पणा, अहंभाव आहे. जोपर्यंत माणसाच्या शरीरात हा अहंभाव तग धरून राहतो तोपर्यंत माणूस स्वतःची खरी ओळख (मी ईश्वर आहे) विसरून स्वतःला एक आत्मनिर्भर व्यक्ती समजतो. वास्तविक या शरीराचे कार्य ईश्वर करत असतो. पण माणूस कर्ताभाव घेऊन जगत राहतो. इंद्रियांमुळे तो स्वतःला शरीर समजत राहतो. इंद्रियाधीन होऊन ती जे दाखवतील त्यालाच सत्य मानत राहतो. जिथपर्यंत त्याचे मन जाते तिथपर्यंत त्याच्या विचारांची सीमा असते. त्याचे भाव, विचार, वाणी व क्रिया मायेमध्ये फिरत राहतात. मायेला छेदून कधी बाहेर येत नाहीत. अशा प्रकारे आपण म्हणू शकतो, की जिथपर्यंत मनाची सीमा आहे ती सर्व माया आहे व मनापलीकडे सत्य आहे.

आत्मज्ञानाची स्थिती

आत्मज्ञानाच्या प्रभावामुळे अहंकार निखळून पडतो, माया नष्ट होते, त्यामुळे ईश्वर जागृत होतो. यालाच 'स्वानुभवाची अवस्था' म्हणतात. यामध्ये ईश्वर ईश्वराशी तादात्म्य पावतो, एकरूप होतो. या अवस्थेमध्ये मनुष्य मायेच्या बंधनातून मुक्त

होऊन स्वतःचे व इतरांचे खरे स्वरूप ओळखू लागतो. त्याची भेद करण्याची दृष्टी नाहीशी होऊन त्या जागी एकम् (वननेस) भाव जागृत होतो. त्यानंतर तो स्वतःमध्ये, इतरांमध्ये व अचेतन वस्तूंमध्येही त्या सर्वव्यापी ईश्वराला पाहतो. त्याच्यातील सारे विकार नाहीसे होतात. कारण दुसरा कोणी नाहीच, सगळीकडे ईश्वराचीच रूपे आहेत; मग कोणाला रागवायचे, कोणाशी ईर्षा करायची, कोणाकडून अपेक्षा ठेवायची, कोणाकडे काय मागायचे...! त्याच्या समस्त व्यक्तिगत इच्छा समाप्त होतात. त्याच्या अंतरंगात सर्वांसाठी प्रेम व करुणा जागते. दुसऱ्या शब्दांत सांगायचे झाले तर तो स्वतः प्रेमाचा व आनंदाचा सागर बनतो.

मायेमध्ये जगाची स्थिती

मायेच्या अधीन असलेल्या या जगाला चित्रपटाच्या उदाहरणातून समजून घेऊ. प्रकाशकिरणांमुळे चित्रपटाच्या पडद्यावर पूर्ण संसार दिसू लागतो. वेगवेगळी दृश्ये दिसू लागतात. वेगवेगळी पात्रे एकमेकांशी बोलत असतात, लढाई करतात, गाणी गातात... असे समजा, पूर्ण जीवन जगतात. वास्तविक चित्रपट पाहणारा, जाणत असतो की पडद्यावरची दृश्ये खोटी आहेत. तरीही, काही काळापुरते का होईना; तो त्याच्याशी जोडला जातो. त्यामुळे चित्रपटगृहातून बाहेर पडताना तो कधी हसत, तर कधी रडत बाहेर पडतो. तसेच हा संसारसुद्धा ईश्वराने तयार केलेला एक चित्रपट आहे. या चित्रपटातील भूमिका करणारे आपण जीव आहोत. चित्रपट आपल्याला वास्तव वाटतो. त्या भूमिका आपण जगू लागतो. या चित्रपटाचा निर्माता ईश्वर आहे. त्याने रचनात्मकता, खुशी, आश्चर्य, स्तुती यांचा अनुभव घेण्यासाठी या महान जगरूपी चित्रपटाची निर्मिती केली आहे.

आत्मज्ञानप्राप्तीसाठी पूर्वतयारी

आत्मज्ञानासारखे उच्चतम ज्ञान, आपल्या अनुभवात उतरावे यासाठी आधी स्वतःला तयार करायला हवे. आपले मन, शरीर, बुद्धी यावर काम करायला हवे. वृत्ती-प्रवृत्ती सुधारायला हव्यात. ईश्वराप्रति खरी भक्ती जागृत व्हायला हवी. त्यासाठी काही पद्धती आहेत. त्याचे पालन करून भक्तिभाव व शुद्धता वाढू शकते. जसे, सत्य श्रवण, पठण व मनन. ईश्वरीय गुणांचे मनन करणे, सत्संगात राहणे, कपटमुक्त जीवन जगणे, कर्म करते वेळी कर्तेपणाचा त्याग करणे, या संसारातील प्रत्येक रचनेमागे असलेल्या ईश्वराचे दर्शन घेण्याचा प्रयत्न करणे, आपले शरीर व इंद्रिये यांना शिस्त लावणे, निरर्थक गोष्टींतून लक्ष काढून घेणे, संतोष व धैर्य ठेवून जीवन

जगणे, इतरांची निंदा, चुगली न करणे, सर्वांप्रति क्षमा, दया व करुणा हे भाव ठेवणे, गुरूवर पूर्ण श्रद्धा व विश्वास ठेवून त्यांच्या आज्ञेचे पालन करणे.

जसजसे तुमचे भाव, विचार, कर्म यामध्ये शुद्धता व सात्त्विकता वाढू लागेल, तसतसे तुम्ही आत्मज्ञान प्राप्त करण्यासाठी पात्र व्हाल.

मनन प्रश्न

या अध्यायात सांगितलेली आत्मज्ञानाची समज यावर मनन करून ती आत्मसात करण्याचा प्रयत्न करा.

कार्ययोजना

आत्मज्ञान प्राप्त करण्यासाठी स्वत:मध्ये गुण विकसित करण्यासाठीची कार्ययोजना तयार करा.

☐☐☐

अध्याय १५

ज्ञानगंगा वाहू लागली
निःस्वार्थ जीवनाची अभिव्यक्ती (भाग १)

तहान लागली की माणूस विहिरीजवळ जातो, ही जगाची रीत आहे. विहीर चालत त्या माणसाकडे येत नाही आणि तहान लागलेली ज्याला समजते तोच विहिरीपाशी जातो. ज्याला तहान लागत नाही व पाणी प्यायल्यानंतरचा आनंद, तृप्ती यांची जाणीव होत नाही तो कशाला विहिरीजवळ जाईल?

मात्र, एखाद्या आईप्रमाणे ईश्वर जाणतो की पाण्याचे महत्त्व किती आहे, पाणी पिणे किती गरजेचे आहे, तहान लागली नाही तरी ज्ञानरूपी पाणी प्यायलाच पाहिजे. म्हणून ईश्वर भक्तांपर्यंत पाणी पोहोचवण्याची काही ना काही व्यवस्था करतोच. त्याला आपल्या भक्तांविषयी प्रेम व अनुकंपा वाटते, तो भक्तांपर्यंत ज्ञानाची गंगा घेऊन जातो. त्यांच्यामध्ये तहान जागृत करून ज्ञानामृतरूपी गंगाजल पाजतो.

आत्मज्ञान प्राप्त केलेले संत, ज्ञान व भक्तीचे झरे असतात. ते इतरांची आध्यात्मिक तहान शमवतात. जे सत्यशोधक ज्ञानाच्या शोधात असतात, ते निश्चितच तिथे पोहोचतात. परंतु सांसारिक जबाबदाऱ्या व मायेचा भुलभुलैय्या यामध्ये फसलेल्या सामान्य लोकांसाठी ज्ञानगंगेला बाहेर आणून प्रवाहित करावे लागते. कारण अज्ञान व दुःख यांच्या दुष्टचक्रात फसलेल्या लोकांपर्यंत ज्ञानगंगा पोहोचून तिच्या प्रभावाने त्यांच्यात भक्ती व मुक्तीची आस जागृत होऊ शकेल, त्यांची ज्ञानपिपासा शमेल.

ही ज्ञानगंगा गुरू निवृत्तिनाथांकडून संत ज्ञानेश्वरांकडे, संत ज्ञानेश्वरांकडून मुक्ताबाईकडे, मुक्ताबाईकडून संत विसोबा खेचर यांच्याकडे वाहिली. या शृंखलेत संत नामदेवसुद्धा जोडले गेले होते. ते भक्तीची व ज्ञानाची गंगा बनले होते. त्यांची सीमित भक्ती आता दिव्य ज्ञानभक्ती बनली होती, जिच्यामुळे भक्त व भगवान एकरूप होऊन जातात. आता पुढची पायरी त्यांना गाठायची होती. त्यांना अशा अवस्थेत पोहोचायचे होते, जिथे भक्त व भगवान एकरूप झाल्यानंतर ईश्वरीय अभिव्यक्तीसाठी पुन्हा विभक्त होतात. ते आता दिव्य योजनेनुसार एका मोठ्या भक्ती-जागृती-आंदोलनात सक्रिय भूमिका करण्यासाठी तयार होते.

तीर्थयात्रा व अभंग अभिव्यक्ती

संत विसोबांकडून आत्मज्ञान प्राप्त केल्यानंतर नामदेवांचे जीवन बदलले. ईश्वराला प्रसन्न करण्यासाठी आता ते कर्मकांड, व्रत, उपवास, तीर्थयात्रा वगैरे काही करत नव्हते. पूर्वीसारखे प्रत्येक वेळी ईश्वर दर्शनासाठी मंदिराकडे धावत नव्हते. उलट, आपल्या भजनांमध्ये कर्मकांड व ईश्वर याबद्दल संकुचित विचार यांचे (उदाहरणार्थ, ईश्वर फक्त मंदिरात असतो, ईश्वर अनेक आहेत...) खंडन करू लागले होते. आता ते सतत ब्रह्मानंदात, आत्मानुभवात लीन राहत.

तसे पाहिले तर ते आत्मानुभवात तल्लीन होऊन घरातही संतुष्ट होते. परंतु ईश्वरी योजनेनुसार त्यांना त्यांच्यातील ज्ञानगंगा सामान्य लोकांपर्यंत पोहोचवायची होती. त्यासाठी त्यांना तीर्थयात्रेला जाणे, लोकांना भेटणे आवश्यक होते. यासाठी नियतीने संत ज्ञानेश्वरांना निमित्त बनवले. ते आधीपासूनच हे ईश्वरीय कार्य करत होते.

संत ज्ञानेश्वर संत नामदेवांना नेहमी आपल्याबरोबर तीर्थयात्रेला येण्याचा आग्रह करत. संस्कृत भाषेमध्ये उपलब्ध असलेले आध्यात्मिक ज्ञान समजण्यास कठीण होते. ते साध्या-सरळ-सोप्या लोकभाषेमध्ये जनसामान्यांपर्यंत पोहोचवणे हा संत ज्ञानेश्वरांचा तीर्थयात्रा करण्यामागचा हेतू होता. लोकांमध्ये सामाजिक व आध्यात्मिक जागृती पसरवण्याचा उद्देश त्यामागे होता. या कार्यात संत नामदेवांना बरोबर घेण्याची त्यांची इच्छा होती. परंतु आता ईश्वराच्या नावावर धार्मिक स्थळांची यात्रा करणे नामदेवांना निरर्थक वाटू लागले होते. तीर्थयात्रेसाठी लांब जाऊन वेळ वाया घालवण्यापेक्षा शांतपणे एका जागी बसून ईश्वराचे ध्यान करावे असे त्यांना वाटू लागले.

संत नामदेवांनी, संत ज्ञानेश्वरांबरोबर अनेक तीर्थयात्रा करून आपल्या अभंग व भजनांद्वारे सामान्य लोकांपर्यंत ज्ञान-भक्ती-जागृतीचा प्रकाश पसरवला.

काही दिवसांनी संत ज्ञानेश्वरांनी संजीवन समाधी घेतली. त्यांच्या पाठोपाठ त्यांच्या भावंडांनीही समाधी घेऊन शरीराचा त्याग केला. त्या वेळी नामदेवांचे वय अवघे २७ ते २८ वर्षे होते. ते तरुण संत होते. म्हणून या संत-आत्म्यांनी देहत्याग केल्याचे त्यांना खूप दु:ख झाले. या अवस्थेतून बाहेर येण्यासाठी त्यांना विठ्ठलाकडून (सेल्फ) मार्गदर्शन मिळाले. विठ्ठलाने सांगितले, 'तू मला व ज्ञानेश्वरांना स्वत:पासून वेगळं समजतोस का?' मी तुझ्याबरोबर आहे तर ज्ञानेश्वरसुद्धा तुझ्याबरोबरच आहेत असं समज. माझ्यापासून वेगळं कोणीही नाही. ना तू, ना ज्ञानेश्वर...' ही गोष्ट लक्षात घेऊन ते दु:खातून बाहेर आले आणि संत ज्ञानेश्वरांनी समाधी घेतल्यानंतर त्यांचे उर्वरित कार्य पुढे नेण्यासाठी एकटेच दूरवर यात्रेसाठी निघाले.

पंचवीस वर्षे ते अखंडपणे यात्रा करत भारताच्या कानाकोपऱ्यांत पोहोचले. पूर्ण महाराष्ट्र, गुजरात, मध्य प्रदेश, राजस्थान, उत्तर प्रदेश, पंजाब, बिहार इत्यादी ठिकाणी गेले. पायी फिरून त्यांनी लोकांना त्यांच्या लोकभाषेत म्हणजे, मराठी, हिंदी, पंजाबी भाषेत ईश्वरीय ज्ञानाचे उपदेश दिले.

संत नामदेवांची शिकवण

संत नामदेवांच्या काळात समाजाची स्थिती वाईट होती. समाजात वर्णव्यवस्था प्रबळ होती. त्यामुळे दीन-दलित लोकांना अस्पृश्यतेचा सामना करावा लागत होता. पंडित, पुजारी धर्माच्या नावाखाली भीती दाखवून लोकांना लुबाडत होते. ईश्वरीय सत्याचा सूर्य व्यर्थ कर्मकांड, धार्मिक अवडंबर व बळी देण्याची प्रथा यासारख्या वाईट चालीरीतींमागे झाकला गेला होता. संत नामदेवांनी त्या काळाला अनुसरून अनेक अभंग लिहिले. त्यात धार्मिक व सामाजिक चुकीच्या चालीरीतींचा विरोध करून लोकांना खऱ्या ईश्वरीय ज्ञानाचा व भक्तीचा संदेश दिला होता. त्यांनी लोककल्याणासाठी खूप उपदेश केले. तसेच उपेक्षित जातीतील लोकांसाठीसुद्धा अध्यात्माचा मार्ग खुला केला.

आपल्या अभंगांच्या माध्यमातून ते लोकांना सांगत, 'ईश्वरप्राप्तीसाठी शरीराला कष्टप्रद असणारी साधना करणे, बळी देणे व्यर्थ आहे. स्वत:ला व इतरांना कष्ट देऊन ईश्वराला प्रसन्न करता येत नाही. उलट, त्यामुळे ईश्वरालाच त्रास होतो. कारण प्रत्येक जिवात तोच आहे. नि:स्वार्थ सेवा केल्याने व भक्तीमुळे ईश्वर प्रसन्न होतो.'

त्यांनी धार्मिक अवडंबर माजवणाऱ्या व सेवाधर्म न पाळणाऱ्या लोकांचा धिक्कार केला. तसेच अर्थ समजून न घेता वेदशास्त्रांची पोपटपंची करून अध्ययन व पठण करणाऱ्यांना विरोध केला. त्यांनी आपल्या अभंगरचनेद्वारे लोकांना निष्काम सेवा, अनासक्ती व समभावना यांसारख्या सूत्रांचे धडे दिले. संत नामदेवांची शिकवण व अभंग आपण पुढील अध्यायात वाचू या.

ईश्वर ध्यानाची शिकवण – पतंगाचे उदाहरण

संत नामदेव यात्रा करत असतानाची घटना आहे. यात्रेमध्ये ते सत्याचा प्रचार व प्रसार करत होते. ते संसारी लोकांमध्ये जाऊन त्यांना ईश्वरभक्तीसाठी प्रेरित करत व नामस्मरण करण्याचा सल्ला देत. लोक त्यांना विचारत, ''महाराज, ईश्वराच्या मार्गावरून चालावं, त्याची भक्ती करावी, असं आम्हांलाही वाटतं. परंतु आम्ही आमच्या दैनंदिन व्यापात इतके गुंतून जातो, की ईश्वराचं ध्यान करणं विसरून जातो. सांसारिक कर्तव्य पार पाडत असताना आम्ही ईश्वराचे स्मरण करू, यासाठी काही मार्ग असेल तर सांगा.''

यावर नामदेव महाराजांनी त्यांना पतंगाचे उदाहरण दिले. ते म्हणाले, ''पतंग उडवताना काय होते? पतंग उडवत असताना तुमच्या आजूबाजूला उभ्या असलेल्या मित्रांशी तुम्ही बोलू शकता का?'' लोक म्हणाले, ''हो, बोलू शकतो.''

यावर नामदेवांनी समजावले, ''समजा, तुमचा पतंग आकाशात उंच उडत आहे. त्याच वेळी तुम्ही पतंगाकडे लक्ष ठेवून, अधूनमधून मित्रांकडेही बघता, त्यांच्याशी बोलता. तरीही, पतंग खाली येऊ नये म्हणून पतंगाकडेही लक्ष ठेवता. बस्स! ईश्वराबरोबरसुद्धा असाच संपर्क ठेवायचा आहे. पतंग तर बाह्य गोष्ट आहे; पण ज्यावर लक्ष द्यायचे आहे, तो ईश्वर तुमच्या अंतरंगातच आहे. त्यासाठी तुम्हांला वर बघायचीसुद्धा गरज नाही. आपले काम करताना, इतरांशी बोलताना फक्त लक्ष स्रोतावर (ईश्वरावर) ठेवायचे आहे आणि हे तुम्ही उत्तम प्रकारे करू शकता. हातून कर्म व्हावीत; पण चित्त निरंतरपणे ईश्वराशी जोडलेलं असावं. संत कबीर व संत रविदास संसारी आणि व्यावसायिक होते. सांसारिक जबाबदाऱ्या पार पाडत असताना त्यांचं लक्ष सतत ईश्वराकडे होतं. मनातल्या मनात ते ईश्वराच्या भजनात तल्लीन राहत. तुम्हांलाही असंच करायचं आहे.''

संत नामदेवांची समाधी

संत ज्ञानेश्वरांनी समाधी घेतल्यानंतर जवळजवळ ५० वर्षांहून अधिक काळापर्यंत संत नामदेवांनी त्यांचे कार्य पुढे चालू ठेवले. लोकांच्या मनात सत्याप्रति व धर्माप्रति जागृती आणण्याचे कार्य केले. इ.स. १३५०मध्ये संत नामदेवांनी वयाच्या ८०व्या वर्षी देहत्याग केला. त्यांचा देहत्याग होण्याच्या काही काळ आधी त्यांना मृत्यूचा आभास झाला होता. म्हणून आपले शिष्य व अनुयायी यांचा निरोप घेऊन ते पंढरपूरला आपल्या गावी परत आले. तिथेच विठ्ठल मंदिरात त्यांनी समाधी घेतली. त्यांच्या नावाची पायरी आजही मंदिरात 'श्री नामदेव पायरी' म्हणून समजली जाते. जे भक्त विठ्ठल-दर्शनाला येतील त्यांच्या पायाची धूळ माझ्या माथी लागावी, अशी नामदेवांचीच इच्छा होती. केवढी गहन भक्ती दडली आहे या भावनेमागे! नामदेव स्वत: तर विठ्ठलभक्त होतेच; परंतु विठ्ठलाची भक्ती करणाऱ्या भक्तांचेही ते भक्त होते. विठ्ठलभक्तांमध्येसुद्धा विठ्ठलाचे दर्शन घेण्याची त्यांची भक्ती किती उच्च कोटीची होती! भक्तांची चरणधूळ मस्तकावर घ्यायची, याचा अर्थ भक्तीसमोर नतमस्तक व्हायचे. भक्त, भगवान व भक्ती त्यांच्यासाठी सगळे एकच होते.

अशा तऱ्हेने एक भक्त ईश्वरापासून विभक्त होऊन जे उद्दिष्ट घेऊन पृथ्वीवर अवतरला होता, ते पूर्ण करून पुन्हा ईश्वरात विलीन झाला.

मनन प्रश्न

मनन करा, तुम्हांला ईश्वरप्राप्तीची तहान लागली आहे का? तुमच्याजवळ ज्ञानाची विहीर असेल तर तुम्ही त्याचा लाभ घेत आहात का?

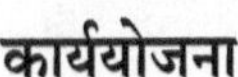

कार्ययोजना

संत नामदेवांना तीर्थयात्रा करण्याची काही गरज नव्हती. तरीही, लोककल्याणासाठी त्यांनी सतत यात्रा केली. जी कार्ये तुम्हांला आवडत नाहीत; पण ती केल्याने इतरांचा फायदा होणार आहे, अशा काही कार्यांची सूची तयार करा. ती कार्ये करण्याचा प्रयत्न करा.

अध्याय १६

तीर्थयात्रा कशी सफल होईल?

निःस्वार्थ जीवनाची अभिव्यक्ती (भाग २)

भारतामध्ये तीर्थयात्रा करणे प्रचलित आहे. प्रत्येक तीर्थस्थानाशी कोणती ना कोणती कहाणी जोडली गेली आहे. ज्यामध्ये 'इथे येऊन दर्शन घेतल्यास किंवा अमुक एका नदीत / सरोवरात स्नान केल्यास पुण्य मिळतं,' असे सांगितले गेले आहे. या गोष्टी खऱ्या समजून अनेक जण वारंवार तीर्थयात्रा करतात. असे केल्यानेच पुण्य वाढते, असे त्यांना वाटते. तसेच तीर्थस्थानावरील देवांना ते आपल्या देवघरातील देवांपेक्षा वेगळे समजतात. देवांमध्ये फरक करण्याच्या अशा प्रवृत्तीमुळे त्यांना वेगवेगळ्या तीर्थस्थानी जाऊन देवदर्शन घ्यावेसे वाटते.

काही जण 'तीर्थयात्रा करावी' या मताचे नाहीत. ते म्हणतात, 'ईश्वर सर्वव्यापी आहे. त्याचे दर्शन घेण्यासाठी विशिष्ट ठिकाणी जाण्याची गरज नाही आणि पाप-पुण्याच्या हिशेबाचे म्हणाल तर ते कर्मने ठरते, तीर्थयात्रेमुळे नाही. 'करणी तशी भरणी' या उक्तीप्रमाणे गंगेत कितीही डुबक्या मारल्या तरी पाप धुतले जात नाही. तसेसुद्धा आजमितीला नद्या आणि तीर्थस्नानांवरची सरोवरे पूर्णपणे प्रदूषित झाली आहेत. त्यात स्नान करण्याची किंवा आचमन घेण्याचीसुद्धा भीती वाटते. त्यात तीर्थस्थानाचे अवडंबर माजवून, फसवून लुबाडण्याचे प्रकारही तिथे वाढले आहेत. असे असताना तिथे जाण्यापेक्षा घरीच ईश्वराचे ध्यान, भजन करणे चांगले आहे.'

आता, तीर्थयात्रा करावी की नाही, असा प्रश्न तुम्हांला पडला असेल. चला, आता या प्रश्नाचे उत्तर समजून घेऊ.

तीर्थयात्रेचे फळ

कर्मसिद्धान्तानुसार प्रत्येक कर्माचे फळ मिळतेच आणि ते कर्मामागे असलेल्या भावनेवर आधारित असते; कर्माच्या बाह्य रूपावर नाही. तीर्थयात्रा करण्यामागे तुमचा काय उद्देश आहे, कोणती भावना आहे, यावर तीर्थयात्रेच्या कर्माचे फळ अवलंबून आहे. व्यक्तिगत उद्देशाने केलेल्या तीर्थयात्रेमुळे मनोरथ पूर्ण होतील; पण त्याचे पुण्य मिळणार नाही, ज्ञान व भक्ती वाढणार नाही. सहलीचा आनंद घेण्यासाठी तीर्थयात्रा करत असाल, तर फक्त फिरून येण्याचा आनंद मिळेल; पण यात्रेचे फलस्वरूप आध्यात्मिक जागृती होणार नाही.

लोकांना आपल्या दैनंदिन जीवनातून थोडा वेळ मिळावा व ईश्वरचिंतन, आत्ममनन व्हावे यासाठी धार्मिक यात्रांचे प्रयोजन असते. परंतु, काही जण तीर्थयात्रेला जाऊन स्वतःचा अहंकार वृद्धिंगत करतात. सगळीकडे डांगोरा पिटत राहतात, की आम्ही अमुक-अमुक अवघड तीर्थयात्रा करून आलो; जेणेकरून लोकांनी त्यांना मोठे भक्त समजावे. अशा तीर्थयात्रा साधकाचे नुकसान करतात.

ज्ञान प्राप्त करण्यापूर्वी नामदेवांनी संत ज्ञानेश्वरांबरोबर तीर्थयात्रा केल्या होत्या. दोघांनी एकाच वेळी तीर्थयात्रा केली. परंतु दोघांची त्यामागची भावना व उद्देश वेगवेगळा होता. संत ज्ञानेश्वरांनी लोककल्याणाचा हेतू मनात धरून तीर्थयात्रा केल्या; तर संत नामदेवांनी स्वतःला ईश्वर-दर्शन व्हावे व संत ज्ञानेश्वरांचा सत्संग लाभावा या हेतूने तीर्थयात्रा केल्या. निःस्वार्थ कर्म सर्वांत मोठे असते आणि त्याचे फळसुद्धा सर्वश्रेष्ठ असते.

ज्ञानप्राप्तीनंतर नामदेवांच्या तीर्थयात्रा निःस्वार्थ भावनेने झाल्या. त्यांना तीर्थयात्रा करण्याची आवश्यकता नव्हती. परंतु ज्ञानाचा व भक्तीचा प्रसार-प्रचार करण्यासाठी त्यांना सामान्य लोकांपर्यंत पोहोचायचे होते. म्हणून त्यांनी तीर्थयात्रा केल्या. अशा तीर्थयात्रांना 'सार्थक तीर्थयात्रा' म्हणू शकतो.

तीर्थयात्रा एक आंतरिक यात्रा आहे

भक्ताची आंतरिक यात्रा चालू असेल तर तीर्थयात्रा सार्थ ठरतात; नाहीतर नुसते फिरण्याला काही महत्त्व नाही. ते फक्त एक कर्मकांड व वेळ घालवणे आहे. आंतरिक यात्रा म्हणजे काय? ती कोठून कुठपर्यंत असते? वास्तवात कुठे पोहोचायला हवे? या यात्रेचा अंतिम टप्पा कोणता? चला, आता या सर्व प्रश्नांची उत्तरे समजून घेण्याच्या यात्रेला सुरुवात करू.

आंतरिक यात्रा भक्तीच्या प्राथमिक अवस्थेपासून सुरू होते. या अवस्थेत माणूस ईश्वराचे दर्शन घेण्यामध्ये, त्याची स्तुती करण्यामध्ये व देवासाठी काही करण्यामध्ये सुख मानू लागतो. असे घडू लागले तर समजा तीर्थयात्रा सुरू झाली. भक्तीची ही यात्रा भक्ताला त्याच्या आराध्यदेवतेच्या मंदिरापर्यंत पोहोचवते. देवदर्शन करून यात्रा संपन्न झाली असे त्याला वाटते. वास्तविक असे नाही. खरी यात्रा तर इथूनच सुरू होते, जी भक्ताला तीर्थस्थानाच्या मंदिरापासून खूप दूर शून्यपुरीपर्यंत घेऊन जाते. ही शून्यपुरी म्हणजे स्वानुभवाची समाधी-अवस्था!

तसे पाहिले तर यात्रेची सुरुवात होणे हीसुद्धा खूप मोठी गोष्ट आहे. कारण यात्रा सुरू करणाराच निश्चितपणे अंतिम टप्प्यापर्यंत जाण्याची शक्यता निर्माण होते. तीर्थयात्रा करण्याची, भक्तीची कारणे वेगवेगळी असतात. कोणी संसारातील दु:खामुळे उद्विग्न होऊन, तर कोणी त्रासातून दिलासा मिळण्यासाठी यात्रा करतात. जेव्हा जगातील सारे विकल्प संपुष्टात येतात तेव्हा ईश्वराचे दार समोर दिसू लागते. तिथून काही निराकरण होण्याची, दिलासा मिळण्याची शक्यता वाटते.

काही जण मात्र सांसारिक जबाबदाऱ्या टाळण्यासाठी यात्रेत सामील होतात. अशा लोकांना काही लाभ होत नाही. त्यांच्यासाठी यात्रा म्हणजे केवळ वेळकाढूपणा असतो. ज्या तीर्थयात्रेमुळे शेवटी हिरे (स्वानुभव) प्राप्त होणार असतात, तेथून ते अर्ध्या रस्त्यावरून रिकाम्या हाताने परततात. काही जणांना सत्याविषयी प्रेम असते. ते प्राप्त करण्याची ओढ असते. ते आपली ही आनंदयात्रा ईश्वराला प्रार्थना करून सुरू करतात, ''हे ईश्वरा, आता तुझ्यापेक्षा कमी काही नको. आता आम्हांला तूच हवा.'' असे लोक तीर्थस्थानी थांबत नाहीत व तिथून पुन्हा पूर्वजीवनात परतही येत नाहीत; तर ती यात्रा संत नामदेव, संत ज्ञानेश्वर, गुरू नानक, भगवान बुद्ध, मीरा यांच्याप्रमाणे पुढे चालू ठेवतात.

शून्यपुरी हाच अंतिम टप्पा

योग्य गुरू मिळाल्यानंतरच खऱ्या अर्थाने तीर्थयात्रा सुरू होते. ध्यानामध्ये तुम्हांला सत्याची झलक मिळते. तुम्ही शरीर नसून शरीरापासून अलिप्त आहात, हे तुमच्या लक्षात येते. तुम्ही त्या शरीरात राहता, शरीराची गाडी चालू ठेवता; जणू एखादा वाहनचालक गाडी चालवतो, पण तो स्वत:ला गाडी समजत नाही. अशा सत्याचा अनुभव घेतला तर जीवन महाजीवन बनते. जसजसे हे सत्य अनुभवात उतरते तसतशी दृढता वाढते. मग त्या अवस्थेत जीवन जगणे सुरू होते. तुमचे विचार,

निर्णय, क्रिया त्या अवस्थेतून येऊ लागतात. हीच ती शून्यावस्था आहे, जी प्रत्येक अवस्थेच्या आधीची अवस्था आहे. ही बुद्धीच्या पलीकडची गोष्ट आहे. अनुभव घेतल्याशिवाय ही समजावून सांगता येत नाही.

ज्या अनुभवांचे वर्णन शब्दांत करता येत नाही, समजावून सांगता येत नाही, तो अनुभव प्राप्त करण्यासाठी लोकांना प्रेरित कसे करणार? लोकांनी त्यासाठी पुढे यावे याची प्रेरणा कशी देणार? वास्तविक शून्याकडचा प्रवास हे प्रत्येकाचे मूळ उद्दिष्ट आहे. पण जे दृष्टिपथात येत नाही, ज्याची कल्पनाही करता येत नाही, तिकडे जाण्यासाठी पावले कशी उचलली जाणार?

म्हणून यात्रेमध्ये जे दृष्टिपथात आहे, जे पुढे जाण्यासाठी प्रेरणा देते, असे उद्दिष्ट समोर ठेवले जाते; ते म्हणजे तीर्थस्थान. काही जण एखादे उद्दिष्ट डोळ्यांसमोर ठेवून यात्रा करतात. उदाहरणार्थ, दुःखमुक्त होण्यासाठी, सुख प्राप्त व्हावे म्हणून, कोणी दिलासा मिळण्यासाठी, तर कोणी जिज्ञासेपोटी! असे लोक तीर्थस्थानी पोहोचतात म्हणजे त्यांचे उद्दिष्ट साध्य होते, तेव्हा पुढे जाण्याची त्यांची इच्छा मंदावते. सत्यावर खरे प्रेम असणारे यापुढची यात्रासुद्धा सुरू ठेवतात.

कित्येकदा काही लोकांना ध्यानाचा काही अनुभव प्राप्त होतो. काही अलौकिक झलक मिळते. मग त्यांचे ध्यानामध्ये बसणे बंद होते. ही झलक पाहून त्यांना वाटते आपण संपूर्ण अनुभव घेतला, आता पुढे काही करण्याची गरज नाही. अशी अवस्था जिथे थोडी अनुभवाची झलक मिळते, आत्मानुभूती होते, आत्मानंद प्राप्त होतो. यात्रेमधला हा टप्पा खूप सुंदर आहे. ही अवस्था प्राप्त झाल्यानंतर लोकांमधील वृत्ती-प्रवृत्ती त्यांना पुन्हा मायेत गुंतवून टाकतात, असे अनेकांच्या बाबतीत घडते.

यात्रेमधील खबरदारी

समजा, एक फूट उंच भिंत आहे. एखादा त्या भिंतीचा वरचा कठडा पकडून वाकून भिंतीपलीकडे बघतो. तेव्हा त्याला भिंतीपलीकडे असलेल्या दृश्यांची झलक मिळते. त्याला ती भिंत ओलांडून पलीकडे जायची इच्छा असते, पण तेवढी ताकद त्याच्यात नसते. म्हणून तो खाली येतो. पुन्हा पूर्ण ताकदीनिशी वर जातो, पलीकडे बघतोही; परंतु काही क्षणातच पुन्हा खाली येतो.

त्यानंतर भिंतीच्या अलीकडे असलेल्या लोकांना सांगत राहतो, "मला विलक्षण अनुभव आला... आत्मानुभव असा-असा होता... वगैरे." परंतु ताकद नसल्याने तो भिंतीपलीकडे जाऊ शकत नाही. खरंतर ताकदीसाठी त्याला व्यायाम

करण्याची गरज होती. त्यासाठी शरीर-मन-बुद्धी यांना प्रशिक्षित करायला हवे होते. पण त्याने हे केले नाही. अनुभवाची थोडीशी चव चाखताच काही प्राप्त करण्याची, जाणण्याची त्याची इच्छा मंदावली.

ज्यांना-ज्यांना त्याने स्वतःचा अनुभव सांगितला ते लोक त्याची स्तुती करू लागले. त्याला महान समजू लागले. कारण असा अनुभव प्राप्त करणे ही त्यांच्यासाठी मोठी गोष्ट होती. परिणामस्वरूप, वृत्तींवर काम न केल्यामुळे त्याचा अहंकार वाढला. अशा लोकांची यात्रा फक्त थांबतच नाही; तर उलट सुरू होते, चुकीच्या मार्गाने चालू राहते.

अशा स्थितीमध्ये गुरूची भूमिका महत्त्वाची असते. जेव्हा पुढे दृष्टिपथात काहीही येत नाही, तेव्हा जे काही पदरी पडले आहे त्यावर समाधान मानून मन तिथेच थांबायला प्रवृत्त करते. अशा वेळी फक्त गुरूच योग्य मार्ग दाखवू शकतो. गुरू सांगत राहतात, "तुम्ही अडकून पडला आहात... पुढे चला... अंतिम लक्ष्य अजून पुढे आहे." यासाठी गुरूवर पूर्ण श्रद्धा व अतूट विश्वास असायला हवा. गुरूंचे सांगणे योग्य वाटले नाही तरी त्यांचे म्हणणे योग्य समजून अभ्यास सुरू ठेवण्यासाठी गुरूवर श्रद्धा, विश्वास व समर्पण पाहिजे.

मनन प्रश्न

तुमची तीर्थयात्रा तीर्थस्थानालाच अंतिम टप्पा समजून थांबली तर नाही ना?

कार्ययोजना

तुमच्या आंतरिक यात्रेमध्ये आलेले अडथळे समजून घ्या व त्यासाठी गुरूकडून मार्गदर्शन घ्या.

खंड २
संत नामदेवांची शिकवण व काव्य

अध्याय १७

अभंगांमध्ये गुरुमहिमा

गुरुविण नाही ज्ञान

कोणतेही कार्य संपन्न करण्यासाठी कर्त्यामध्ये तीन गुण असणे अत्यंत आवश्यक आहे :

पहिला गुण : कर्त्याला कर्मासंबंधी संपूर्ण ज्ञान हवे. उदाहरणार्थ, ते काम का करायचे... कसे करायचे... त्या कामाचे उद्दिष्ट व प्राप्ती काय आहे... इत्यादी.

गुरू खेचर यांच्याकडून आत्मज्ञान प्राप्त केल्यानंतर नामदेवांचे सारे भ्रम नष्ट झाले. त्यांना त्यांच्या जीवनाचे उद्दिष्ट स्पष्ट झाले होते. माझे कल्याण झाले तसे सर्वांचे व्हावे; जी ज्ञानगंगा माझ्यापर्यंत पोहोचली ती सर्वांपर्यंत पोहोचावी; हे उद्दिष्ट समोर ठेवून त्यांना जनजागृतीचे कार्य करायचे होते. ते कसे करायचे हे ते संत ज्ञानेश्वरांकडून शिकले होते.

दुसरा गुण : आसक्तीरहित उत्साह. आसक्तीरहित उत्साह म्हणजे कर्ता-कर्मफलाबाबत आसक्तीरहित असतो व कर्म करताना उत्साही असतो. जेव्हा आत्मज्ञान जीवनात उतरते तेव्हा माणसाचा कर्ताभाव संपून जातो. प्रत्येक कार्याचे कर्तेपण तो ईश्वराकडे देतो. त्यामुळे त्याला फळाची आसक्ती उरत नाही. कर्मफल कोणतेही येवो, त्याला काही फरक पडत नाही. तो निरंतरतेने व उत्साहात कार्य करत राहतो. असे कर्म भक्ती व सेवा बनते. संत नामदेवांमध्ये हा गुण विकसित झाला होता.

'इतकी सुंदर व सरळ अभंगांची रचना तुम्ही कशी करू शकता,' असे लोक त्यांना विचारत. त्यावर उत्तरादाखल ते सांगत, 'मी तर विठ्ठलाचं नाव घेऊन अभंग सुरू करतो आणि विठ्ठल ते पूर्ण करतो.' अभंगाचे रचनाकार ते स्वतः नसून खुद्द विठ्ठलच आहे, असे ते सांगत.

तिसरा गुण : कर्म करण्यासाठी कर्त्याकडे आवश्यक साधन असावे, ज्याद्वारे त्याला कार्य करता येईल. नामदेवांना ईश्वराने साधन म्हणून कवीहृदय दिले. त्यामुळे ते त्यांचा अनुभव, ज्ञान व भक्ती अभंगांमध्ये, पदांमध्ये व भजनांमध्ये गुंफू शकले. तसेच ती गाऊन लोकांपर्यंत पोहोचवली. भोळेभाबडे सामान्य लोक समजायला कठीण अशा मोठमोठ्या पोथ्या वाचण्यास सक्षम नव्हते. त्यामुळे नामदेवांनी रचलेल्या सोप्या अभंगांचे आकलन त्यांना लगेच होत होते, त्यातील मर्म समजत होते.

या तीनही गुणांचा उपयोग करून संत नामदेवांनी जी अभिव्यक्ती केली, ती या खंडात समाविष्ट करणे अशक्य आहे. तरीदेखील काही निवडक रचनांचा अर्थ समजून घेऊ. या अध्यायात गुरुमहिमेचे वर्णन करणाऱ्या काही अभंगांचे संकलन केले आहे. चला, त्याचा आनंद घेत गुरुभक्तीत रंगून जाऊ.

[१]**भावार्थ :** हे सद्‌गुरू खेचर, तू सुखदाता आहेस व तूच सुखस्वरूपसुद्धा आहेस. तू मला परमेश्वराचा साक्षात्कार घडवला आहेस. मी ईश्वराला पाहिले असून त्याच्यासमोर नतमस्तक झालो आहे. ध्यानाने माझे डोळे भरून आले आहेत. म्हणजे ध्यानामध्ये मी स्वतःला जाणले आहे. मी आणि ईश्वर एकरूप झालो आहोत. ज्याप्रमाणे पाणी सागराला मिळून त्यात सामावून जाते, त्याप्रमाणे मी ईश्वराला भेटलो व ईश्वरच बनून गेलो आहे. स्वतःला त्याच्यापासून विभक्त, पृथक समजण्याचा माझा अहंकार (मीपणा) नाहीसा झाला आहे. मी तोच (ईश्वर) बनलो आहे. आता चहूकडे आनंदीआनंद आहे. नामदेव म्हणतात, 'परमेश्वराला जाणून घेतल्यानंतर मला सर्व समजले आहे. स्वानुभव प्राप्त झाल्यामुळे माया, सृष्टी, ईश्वर यांचे रहस्य मला उमगले आहे. एकदा ते जाणल्यानंतर आता पुन्हा काही जाणून घेण्याची गरज उरली नाही.'

---

१ सुखाचा सद्‌गुरु सुखरूप खेचरू। स्वरूप साक्षात्कारु दाखविला ॥१॥ विठ्ठल पहातां मावळलें मन। ध्यानीं भरले नयन तन्मय जालें ॥२॥ मी माझें होतें तें मजमाजि निमालें । जळें जळ गिळिलें जयापरी ॥३॥ तेथें आनंदीं आनंदु वोळला परमानंदु । नाम्या जाला बोधु विट्ठल नामें ॥४॥

³**भावार्थ :** या पदामध्ये नामदेवांनी गुरू खेचर यांना आईची उपमा दिली आहे. कारण त्यांना गुरूकडून आईचे वात्सल्य, प्रेम व ज्ञान मिळाले.

ते म्हणतात, 'गुरू-रूपातील आईकडून मला अखंड कृपेची सावली मिळाली आहे. त्यांचे वात्सल्य, प्रेम आईप्रमाणे आहे. त्यांच्या अधीन झाल्यामुळे मला कशाचेच भय उरले नाही. माझे जन्म-मृत्यूचे सारे दुःख व क्लेश संपले आहेत. सारी बंधने गळून पडली आहेत. आता मोक्षाची चिंताही उरली नाही. म्हणजे, मी सर्व प्रकारच्या कर्मबंधनांतून चिंता, दुःख व क्लेश यातून मुक्त झालो आहे. ध्यानाच्या परमोच्च स्थितीमध्ये, समाधीअवस्थेमध्ये मला ईश्वरी आनंद गवसला आहे.' नामदेव म्हणतात, 'गुरुकृपेमुळे मला सर्व काही मिळाले आहे. आता मी गुरू खेचरांचे चरण कधीही सोडणार नाही.'

³**भावार्थ :** प्रस्तुत पदात त्यांनी हिंदी भाषेत गुरुमहिमेची वाखाणणी केली आहे.

नामदेव म्हणतात, 'गुरूने माझे जीवन सफल केले आहे. मायेमुळे निर्माण झालेली सर्व दुःखे नाहीशी होऊन आता माझ्या अंतर्यामी सुखच सुख, आनंदच आनंद भरून राहिला आहे. गुरूने माझ्या डोळ्यांत ज्ञानाचे अंजन घातले आहे. त्यामुळे मी मायेचा पडदा भेदून वास्तवातील सत्य स्पष्टपणे पाहू शकतो. रामनामाशिवाय (आत्मज्ञान व भक्ती) जीवन व मन दोन्ही व्यर्थ आहेत. ईश्वराचे स्मरण करून मी सत्य जाणले आहे. या संपूर्ण विश्वाचा व जीवनाचा परमात्मा ईश्वर (सेल्फ) याच्याबरोबर माझा आत्मा एकरूप झाला आहे, त्यातच समाविष्ट झाला आहे.'

⁴**भावार्थ :** प्रस्तुत पदामध्ये, गुरू विसोबांनी जेव्हा नामदेवांना आत्मज्ञान दिले त्या वेळेचे वर्णन केले आहे.

---

२ कृपेची साउली अखंड लाधली । खेचर माउली भेटलिया ॥१॥ आतां मज भय नाहीं पैं कोणाचें। जन्ममरणाचें दुःख गेलें ॥२॥ बंधमोक्षाची फिटली काळजी । समाधि लागली समाधीसी ॥३॥ नामा म्हणे माझें सर्वही साधन । खेचर चरण न विसंबे ॥४॥

३ सफल जनमु मो कउ गुर कीना ॥ दुख बिसारि सुख अंतरि लीना ॥ गिआन अंजनु मो कउ गुरि दीना॥ राम नाम बिनु जीवनु मन हीना ॥ नामदेइ सिमरनु करि जानां ॥ जगजीवन सिउ जीउ समानां॥

४ श्रवणी सांगितली मात। मस्तकीं ठेवियेला हात॥ पदपिंड विवर्जित। केला नामा।। खेचरू विसा। प्रेमाचा पिसा।। तेणे नाम कैसा उपदेशिला।। सांगितले गुज। दाखविले निज।।

ते म्हणतात, 'गुरू विसोबांनी माझ्या मस्तकावर आपला हात ठेवला व म्हणाले, 'प्रत्येक पदापासून व पिंडातून मुक्त हो.' (इथे पद म्हणजे मान, पद, प्रतिष्ठा, बिरुद. उदाहरणार्थ, 'परमभक्त' असे म्हणणेसुद्धा एक बिरुद (लेबल) आहे. पिंड म्हणजे शरीर. 'पिंडातून मुक्त हो' म्हणजे स्वत:च्या व इतरांच्या शरीराची आसक्ती सोडून दे).' नामदेव म्हणतात, 'जसा मी ईश्वरप्रेमाने वेडा झालो आहे, (स्वानुभवात नतमस्तक झालो आहे) तसा तूही हो. मी माझा अनुभव तुला सांगितला आहे, आता उर्वरित गोष्टींशी, विषयाशी तुला काही देणे-घेणे नाही. जे ज्ञान मी तुला दिले आहे, तेच माझा गुरू आहे. त्या ज्ञानाची साधना कर, ईश्वराची अनुभूती घे. ईश्वर फक्त दगडाच्या मूर्तीत नाही, तो अगोचर, सर्वव्यापी आहे. गुरूने दिलेल्या ज्ञानामुळे हा नामा अगोचराच्या अनुभूतीने भारून गेला आहे.'

'**भावार्थ** : प्रस्तुत पदामध्ये स्पष्टपणे दिसून येते, की संत नामदेव आत्मानुभवाच्या अवस्थेमध्ये तादात्म्य पावले आहेत. या अवस्थेचे व आनंदाचे सारे श्रेय ते गुरू खेचरांना देत आहेत. हे सत्य आहे, की गुरूच माणसाला मायेच्या भवसागरातून पार करू शकतो, त्याच्यामध्ये असलेल्या न्यूनतेची जाणीव करून देऊ शकतो, त्याचे ज्ञानचक्षू उघडू शकतो. या कारणाने सर्व मोठ्या संतांनी, मग तो कबीर असो, मीरा असो, संत ज्ञानेश्वर असो, आपल्या रचनांमध्ये गुरुमहिमेचे गुणगान केले आहे.

□□□

---

५   आजा पाल्हाळी तुज। काय लाड।। खेचरू म्हणे। मज ज्ञान हेचि गुरू। का तेणे अगोचरू केला नामा।।

अध्याय १८

धार्मिक कर्मकांड व ढोंगीपणाचे खंडन
सत्याच्या योग्य समजेचा प्रचार

संत विसोबा महाराजांना भेटण्यापूर्वी संत नामदेव स्वत: एक कर्मकांड करणारे श्रद्धाळू भक्त होते. ईश्वराला प्रसन्न करून घेण्यासाठी ते निरंतर व्रत-वैकल्ये, उपवास, तीर्थयात्रा, होमहवन करत होते. गुरुकृपेमुळे आत्मज्ञान प्राप्त झाल्यानंतर त्यांच्या लक्षात आले, की ईश्वरप्राप्तीसाठी इतकी कर्मकांडे करण्याची आवश्यकता नाही. खरी भक्ती, सत्याची योग्य समज, ईश्वरावर पूर्ण विश्वास व समर्पण एवढे पुरेसे आहे.

ज्ञान प्राप्त झाल्यावर त्यांना जाणवले, की लोक भक्तीच्या नावाखाली प्रचलित असलेली कर्मकांडे करण्यात, धार्मिक अवडंबरात गुंतून पडतात. व्रत, उपवास, तीर्थयात्रा केल्याने ईश्वर प्राप्त होईल, असे त्यांना वाटते. म्हणून सत्याची योग्य समज त्यांना प्राप्त होत नाही. सत्य प्राप्त करून घेण्यासाठी ते सत्याच्या नावावर चाललेल्या मायावी धंद्याची शिकार बनतात व धर्माची ठेकेदारी घेणाऱ्या भोंदू लोकांकडून फसवले जातात. म्हणून लोकांचे ज्ञानचक्षू उघडावेत यासाठी नामदेवांनी त्यांच्या भजनांद्वारे, रचनांद्वारे, धार्मिक कर्मकांडांना व मूर्तिपूजेला विरोध दर्शवला. त्याचबरोबर सत्याच्या योग्य मार्गाचे गुणगान केले आहे. या अध्यायात आपण अशा काही रचना समजून घेऊ.

अनुभवाद्वारे आलेल्या ज्ञानाचा महिमा

या पदामध्ये संत नामदेवांनी वेदपुराणांचे पठण करणाऱ्या ब्राह्मण-पंडितांना दूषणे दिली आहेत. ते म्हणतात, 'पंडितांनी स्वत: सत्याचा अनुभव घेतला नाही; परंतु दुसऱ्यांच्या अनुभवातून आलेल्या व लिहिलेल्या गोष्टी भोळ्या-भाबड्या जनतेला सांगून ते स्वत:ला ज्ञानी म्हणवून घेतात.'

'**भावार्थ** : परमात्म्याच्या बाबतीत दोन मते आहेत : एक म्हणतो, परमात्मा आमच्या समीप आहे; तर दुसरा म्हणतो, तो खूप दूर आहे. दोघांच्या म्हणण्यातील सत्यता, पाण्यात राहणाऱ्या मासोळीने खजुराच्या झाडावर चढावे, अशा प्रकारची आहे. म्हणजे दोघांचेही म्हणणे निखालस खोटे आहे. कारण दोघांनीही अनुभवाने जाणले नसून ते ऐकीव गोष्टी सांगत आहेत. नामदेव म्हणतात, 'का उगाच गोंधळ घालत आहात? कारण ज्याने परमात्म्याला प्राप्त करून घेतले आहे, त्याने हे रहस्य आपल्या अंतरंगातच दडवले आहे. म्हणजे तो अंतर्यामी परमानंदात आहे. त्याला पुस्तकी ज्ञानाची गरज उरली नाही. मी नामदेव, ज्याला तुम्ही मूर्ख व अशिक्षित समजत होता, त्याने रामाला जाणले आहे. त्यामुळे त्याचे भजन गात आहे, नामस्मरण करतो आहे.'

एकादशी व्रताचे विवेचन

ज्ञानप्राप्तीपूर्वी संत नामदेव मोठ्या निष्ठेने एकादशी व्रताचे पालन करत होते. ते त्या दिवशी कडक उपवास करत. ते स्वत:ही अन्नग्रहण करत नव्हते व इतरांनाही देत नव्हते. एवढेच काय; ते पाणीसुद्धा पीत नव्हते. आत्मज्ञान प्राप्त झाल्यावर मात्र त्यांनी आपल्या अभंगांमध्ये या व्रताचे खंडन केले आहे. एकदा एका ब्राह्मणाने त्यांचा खूप अपमान केला. कारण त्यांनी समाजमान्य भक्तीच्या प्रचलित रूढी— उदाहरणार्थ, व्रत, जप, तप, तीर्थयात्रा, स्नानसंध्या वगैरे सोडून दिल्या होत्या. इतकेच काय; त्यांनी एकदशीचे व्रत करणेसुद्धा सोडून दिले होते. त्या काळी एकादशीचे व्रत न करणे म्हणजे महापाप मानले जात होते. त्या ब्राह्मणाने त्यांचा अपमान करत म्हटले, 'अशा अधर्माच्या वागणुकीमुळे तुझ्या माथी कलंक लागला आहे.' त्यावर संत नामदेवांनी पुढील पदाद्वारे प्रत्युत्तर दिले.

---

१ कोई बोलै निरवा कोई बोलै दूरि। जल की मछुली चरै खजूरि।। कांइ रे बकबादु लाइओ। जिनि हरि पाइओ तिनहि छपाइओ।। पंडितु होइ कै बेदु बखाने। मूरखु नामदेउ रामहि जानै।।

भावार्थ : परमात्म्याचे नामस्मरण केल्याने कोणता कलंक शिल्लक राहतो? रामाचे नाव घेतल्याने तर पतित जिवांचाही उद्धार होतो. सत्याची समज प्राप्त झाल्यावर सारे भ्रम दूर होतात. सारी कर्मबंधने (पूर्वकर्म) गळून पडतात. एखाद्याने आधी काही पापं केली असतील, चुका केल्या असतील, तर त्यांचे अंतर्मनसुद्धा शुद्ध, पवित्र होते, जसे संत वाल्मिकींचे झाले.

रामनामामुळे म्हणजे सत्याचा बोध झाल्यामुळे माझ्यात सत्याची प्रतिज्ञा उतरली आहे, त्यामुळे एकादशी व्रत संपले आहे. कारण व्रतवैकल्ये, उपासतापास हे सगळे रितीरिवाज सत्यात स्थापित होण्यासाठी एक साधन आहे. आता मी सत्याची प्रतिज्ञा घेतली आहे, तर मग एकादशीचे व्रत करून काय उपयोग? मला काही त्याचे महत्त्व वाटत नाही; आणि तीर्थस्थानी तरी का जाऊ? जी गोष्ट प्राप्त करून घेण्यासाठी तीर्थस्थानी जातात, ती माझ्या अंतःकरणात प्रकट झाली आहे. नामदेव महाराज म्हणतात, 'आता माझी बुद्धी शुद्ध, सत्य व श्रेष्ठ झाली आहे.'

ते पुढे म्हणतात, 'असे कोण आहेत जे नुसते राम-राम म्हणून वैकुंठाला गेले नाहीत? म्हणजे गुरुकृपेने सर्वांना मुक्ती मिळते.' या म्हणण्याचा आशय असा, की ज्याने गुरुद्वारा प्राप्त झालेले ज्ञान जीवनात उतरवले, त्यांच्या आज्ञेचे पालन केले, त्याला वैकुंठाची अवस्था म्हणजे स्वबोधाची अवस्था प्राप्त होईलच. त्यासाठी व्रत करण्याची आवश्यकता उरत नाही.

भक्तीच्या नावावर चालू असलेल्या ढोंगीपणाला विरोध

एक प्रसिद्ध म्हण आहे, 'करून करून भागले, देवपूजेला लागले.' अनेक दुष्कृत्ये करून झाल्यावर माणूस विचार करतो, 'आता धार्मिक कामे करावीत, गंगास्नान करून यावे, अमुक एका तीर्थस्थानी जाऊन प्रायश्चित्त घ्यावे म्हणजे माझी सारी पापे नष्ट होतील.' धर्माच्या ठेकेदारांनी पसरवलेल्या चुकीच्या धारणांमुळे त्यांना वाटते, दान-दक्षिणा देऊन पापमुक्त व्हावे. पण हे सत्य नाही.

एखाद्या तलावात डुबकी मारून, तीर्थस्थानाची यात्रा करून, हजला जाऊन दुष्कृत्यांचे वाईट फळ चुकत नाही. त्यापासून सुटका नसते. परंतु मनापासून, शुद्ध

---

२   कउन को कलंकु रहिओ राम नामु लेत ही।। पतित पवित भए रामु कहत ही रहाउ।। राम संगि नामदेव जन कउ प्रतगिआ आई।। एकादसी ब्रतु रहै काहे कउ तीर्थ जाई।।१।। भनति नामदेउ सुक्रित सुमति भए।। गुरमति रामु कहि को को न बैकुंठि गए।।

अंतःकरणाने ईश्वराला शरण जाऊन, 'मी कोण आहे' याचे ज्ञान प्राप्त करून, ते जीवनात उतरवले तरच मुक्ती मिळणे संभव आहे.

पवित्र नद्यांवर जाऊन स्नान करणे, तीर्थयात्रा, व्रत, उपवास ही सर्व साधने आहेत. त्यामुळे फक्त तुमच्या चेतनेचा स्तर उंचावतो, ज्ञान व भक्तीसाठी तुम्ही ग्रहणशील होता. एवढाच याचा फायदा! मुक्ती मिळवण्यासाठी तुमच्या विचारांत, व्यवहारात, भावनेत परिवर्तन व्हायला हवे. सत्याच्या ज्ञानाचा अंगीकार करायला हवा. संत नामदेवांनी आपल्या पदांमध्ये ही जाणीव करून दिली आहे.

³**भावार्थ :** लोकांना वाटते, तलावात, नदीत स्नान केल्याने मोक्षप्राप्ती होते, आपण सगळ्यांतून मुक्त होतो. विचार करा, हे खरे असेल तर सतत पाण्यात राहणाऱ्या माशांना, मगरींना व अनंत जिवांना मुक्ती का बरं मिळत नाही?

ईश्वरपूजेसाठी सुगंधित फुलांचे हार अर्पण केले जातात. परंतु त्याअगोदर भुंगे त्या फुलांचा सुगंध घेतात. त्याचप्रमाणे ईश्वराला नैवेद्य दाखवण्यासाठी जी खीर बनवली जाते, ती गायीच्या दुधापासून तयार करून त्याचा नैवेद्य दाखवतात. ज्या दुधापासून खीर तयार होते त्या दुधाचा आस्वाद तर वासराने आधीच घेतलेला असतो.

म्हणजेच काय, तुम्हांला कितीही वाटले, की तुम्ही ईश्वराला पवित्र व खरा नैवेद्य दाखवत आहात, फुले अर्पण करत आहात; पण ते तर आधीपासूनच उष्टावलेले असते. नामदेव महाराज म्हणतात, 'ईश्वरासमोर खरी भक्ती, श्रद्धा प्रकट करायची असेल तर मनापासून, भावपूर्णतेने नमस्कार करा व भक्ती प्रकट करा.' व्यर्थ दिखावा करून ईश्वराला काही देण्याची गरज नाही. मी असे काहीही करत नाही. तरीही, मला जागोजागी विठ्ठलाचे दर्शन होते. विठ्ठलाशिवाय या जगात दुसरे कोणीही नाही. त्याला काही उष्ट्या गोष्टी अर्पण करायच्याच असतील, तर सर्वात जास्त उष्टे असलेले मन अर्पण करा. कारण निरर्थक बडबड करून तुमचे जीवन

---

३ आनीले कुंभ भराईले ऊदक ठाकुर कउ इसनानु करउ। बइ आलीस लख जी जल महि होते बीठलु भैला काइ करउ। जत्र जाउ तत बीठलु भैला। महाअनंद करे सद केला। आनीले फूल परोईले माला ठाकुर की हउ पूज करउ। पहिले बासु लई है भवरह बीठल भैला काइ करउ। आनीले दूधु रीधाईले खीरं ठाकुर कउ नैवेदु करउ। पहिले दूधु बिटारिओ बछरै बीठलु भैला काइ करउ। ईभै बीठलु ऊभै बीठलु बीठल बिनु संसारु नही। थान थनंतरि नामा प्रणवै पूरि रहिओ तूं सरब मही।

नरक बनवायला तुमचे मन कारणीभूत आहे. तुम्हांला ईश्वरापासून तोडून त्याने मायेत गुंतवले आहे. या मनाला ईश्वरासमोर समर्पित करा व ईश्वराच्या इच्छेने जीवन जगा.

तुमच्या लक्षात आले असेल, की घरात एखाद्या पूजेचा समारंभ आयोजित करताना लोक ईश्वरभक्तीपेक्षा समारंभाच्या आयोजनाकडे, प्रसादाकडे पूजेच्या सामानाकडे जास्त लक्ष देतात. ती व्यवस्था उत्तम होण्याकडे त्यांचा कल असतो. थोडीशी गडबड झाली तरी त्यांना तणाव येतो. आता ईश्वर आपल्याला प्रसन्न होणार नाही. पूजेच्या व्यवस्थेत एखाद्याकडून काही चूक झाली तर आपसांत कलह होतात. अशा प्रकारे भक्तीच्या नावाखाली पूजेचे आयोजन केले जाते. पण, यात भक्ती लोप पावून बाकी सर्व काही केले जाते.

संत नामदेव म्हणतात, 'समारंभाचा देखावा काय कामाचा? पूर्ण समर्पण भावनेने व अंतःकरणापासून ईश्वराची भक्ती करणे केव्हाही चांगले! तीच सफल होईल व मुक्तीचा मार्ग सुकर होईल.'

❑❑❑

अध्याय १९

ईश्वराप्रति संकुचित दृष्टीचा विरोध
मूर्तिपूजेची योग्य समज

ज्ञानप्राप्तीनंतर संत नामदेवांनी आपल्या रचनांमध्ये कबीराप्रमाणे मूर्तिपूजेला विरोध दर्शवला आहे. भक्तीच्या नावाखाली घरांमध्ये, मंदिरामध्ये चालणारे वेगवेगळे विधी उदाहरणार्थ, पुष्पहार घालणे, आरती, जलाभिषेक, नैवेद्य इत्यादींना विरोध केला आहे. कारण लोक असे विधी करण्यामध्ये अडकून राहतात. ईश्वराचे खरे रूप ओळखू शकत नाहीत आणि ते जाणण्याची त्यांची इच्छाही नसते.

इथे लक्षात घ्यायला हवे, की कोणताही आत्मसाक्षात्कारी संत, मग ते संत नामदेव असोत, संत ज्ञानेश्वर, संत कबीर किंवा गुरू नानक असोत यांच्यातील एकानेही मूर्तिपूजा करण्यास विरोध केला नाही, तर मूर्तिपूजेच्या पद्धतीमागे लपलेल्या अज्ञानाला विरोध केला. संत मीराबाई, तुलसीदास व खुद्द नामदेव यांनीसुद्धा मूर्तिपूजा करून भक्तीची सुरुवात केली. पण ते तिथेच थांबले नाहीत. गुरूला शरण जाऊन ज्ञानासाठी ग्रहणशील बनले.

खऱ्या ज्ञानापासून वंचित असलेले अज्ञानी लोक ईश्वराला एखाद्या मूर्तीत बंदिस्त करून टाकतात आणि त्या मूर्तीतला ईश्वरच आमचा आहे, बाकी कोणीही नाही, असे घोषित करतात. त्यांची ही धारणा इतकी पक्की असते, की इतर काही ऐकण्यासाठी, ग्रहण करण्यासाठी ते तयार नसतात. म्हणून त्यांची भक्ती ही अंधभक्ती बनते, ज्याचा त्यांना काहीही फायदा होत नाही.

एक भक्त होते. ते लड्डू गोपाळाची पूजा करत. कुठेही जायचे झाले की ते ती मूर्ती आपल्याबरोबर घेऊन जात. त्या मूर्तीची दररोज पूजाअर्चा करून नैवेद्य

दाखवत. एकदा ते आपल्या एका नातेवाइकाच्या घरी गेले. तिथे त्यांच्या देवघरात लड्डू गोपाळाची मूर्ती होती. आपल्याकडची मूर्ती व देवघरातील मूर्ती यांच्यात तुलना करत ते म्हणाले, 'यांचे लड्डू गोपाळ किती छोटे आहेत, त्यांच्या अंगावर वस्त्रेदेखील नाहीत. माझी मूर्ती किती मोठी आहे, वस्त्रालंकारांनी सजली आहे. त्यांची मूर्ती पितळेची आहे, तर माझी चांदीची आहे.'

अशा प्रकारे लोकांच्या दृष्टिकोनातून ईश्वराच्या मूर्ती वेगवेगळ्या तर असतातच; पण एकाच लड्डू ईश्वराच्या दोन मूर्तींमध्ये त्यांना फरक वाटतो. त्यांच्या दृष्टीने त्यांची मूर्ती ईश्वर आहे, बाकी कोणाची नाही.

आजही मूर्तिपूजा करणारे अनेक जण असे अडाणी असतात. म्हणून दुर्गापूजा असो वा गणेशोत्सव; एकाच ईश्वराच्या वेगवेगळ्या मूर्तींमध्ये चढाओढ सुरू असते. त्यांना आपल्या मंडपातील मूर्ती इतरांच्या मूर्तीपेक्षा चांगली वाटते.

ज्ञानचक्षू उघडल्यानंतर भक्तांच्या लक्षात येते, की फक्त एखाद्या मूर्तीत किंवा अनेक मूर्तींमध्येच ईश्वर नसून तो सृष्टीच्या कणाकणांत विराजमान आहे. प्रत्येक अचेतन वा चेतन वस्तू त्याचीच मूर्ती आहे. तोच प्रत्येक जीवजंतू व प्राणिमात्रांमधील जिवंत शक्ती आहे, असा असीमित दृष्टिकोन प्राप्त करून लोकांना समजावण्याचा प्रयत्न संत करतात. कारण लोक त्या चेतनेला एका मूर्तीत सीमित करून टाकतात, एकाच ईश्वराला अनेक मूर्तींमध्ये विभागून टाकतात. ते ज्या ईश्वराला मानतात त्याच्यासाठी इतरांशी वाद घालून, स्वतःचा अहंकार वाढवतात. संत नामदेवांनी याचसाठी मूर्तिपूजेवर प्रहार केला आहे. यावर आधारित त्यांच्या काही रचना पाहू.

बळी देण्याच्या प्रथेचा विरोध

[१]**भावार्थ :** संत नामदेव म्हणतात, 'या अक्कलशून्य लोकांचा व्यवहार पाहून मी काय करू? भक्तीच्या नावाखाली ते काय करत आहेत? खरा आनंद विसरून त्यांनी भक्तीचाही काळा बाजार मांडला आहे, मायेमध्येच रमले आहेत.' ते पुढे म्हणतात, 'दगडाच्या मूर्तीत तुम्हांला देव दिसतो. इतर जिवंत प्राणिमात्रांत दिसत नाही का? म्हणून तुम्ही निर्जीव मूर्तीला ईश्वर समजून तिच्यासमोर जिवंत ईश्वररूपी

---

१   कहा करूं जग देखत अंधा। तजि आनंद बिचारै धंधा।। पाहन आगै देव कटीला। बाको प्राण नहीं बाकी पूज रचीला।। निरजीव आगै सरजीव मारैं। देखत जनम आपनौ हारैं।। आंगणि देव पिछोकडि पूजा। पाहन पूजि भए नर दूजा।। नामदेव कहै सुनौ रे धगड़ा। आतमदेव न पूजौ दगड़ा।।

जिवाचा (ईश्वराद्वारे बनवलेली मूर्ती) बळी देत आहात. तुमच्या अज्ञानामुळे त्या बिचाऱ्या मुक्या जिवाचा जीव जात आहे. स्वतःच्या अंतर्मनात ईश्वराचे ध्यान करायचे सोडून त्याला दगडाच्या मूर्तीत का शोधत आहात?'

ते पुढे म्हणतात, 'ऐका रे माझे! आपल्या अंतरंगातील चेतनेचे ध्यान करा, त्याची पूजा करा. तुमचा देव तुमच्या अंतरंगात आहे.'

स्वयंभू देवाच्या ध्यानाचे आवाहन

²**भावार्थ :** प्रस्तुत रचनेमध्ये नामदेव म्हणतात, 'तुम्ही भक्तीच्या नावाखाली, देवीदेवतांच्या दगडांच्या मूर्तींसमोर नृत्य करता, गाता; परंतु स्वतःच्या अंतर्मनात कधी डोकावून बघत नाही. तुमचे सगळे लक्ष बाह्य मूर्तींवर आहे. बनावट मूर्तींसमोर नाचत आहात; पण तुमच्या अंतरंगात जो स्वयंभू देव (सेल्फ, चेतना) आहे, त्याचे ध्यान कधी करत नाही, तो तुम्हांला अनोळखी वाटतो. आपल्या अंतरंगातील स्वयंभू परमचैतन्याची सेवा करून, भक्ती करून तुम्हांला दिव्य दृष्टी प्राप्त होईल. त्यामुळे साऱ्या सृष्टीत तुम्ही त्या एकाच ईश्वराला ओळखू शकाल.'

ते पुढे म्हणतात, 'मी तर हीच पूजा करतो. मी अंतरंगात वास करणाऱ्या आत्मारामाचे (सेल्फचे) ध्यान करतो, त्याच्याखेरीज इतर कोणालाही मी ओळखत नाही.'

ईश्वराचा शोध

³**भावार्थ :** प्रस्तुत दोह्यामध्ये संत नामदेव म्हणतात, 'ज्या ईश्वराला शोधण्यासाठी तीर्थयात्रेच्या नावाखाली तुम्ही तिन्ही लोकांत फिरून आलात, तो ईश्वर सगळीकडे भरून राहिला आहे व तुमच्या आतही आहे. हा नामदेव तुम्हांला सांगतो आहे की, ईश्वराला प्राप्त करून घेण्यासाठी कुठेही जाण्याची गरज नाही. घरात बसूनही त्याला प्राप्त करून घेता येते. फक्त त्याचे ध्यान करण्याची गरज आहे.'

□□□

---

२ का नाचीला का गाईला। का घसि घसि चंदन लाईला।। आपा पर नहिं चीन्हीला। तौ चित्त चितारै डहकीला।। कृत्म आग नाचै लोई। स्यंभू देव न चीन्है कोई।। स्यंभू देव की सेवा जानै। तौ दिव दिष्टि है सकल पिछनै।। नामदेव भणै मेरे यही पूजा। आतमराम अवर नहीं दूजा।।

३ जा कारन त्रिभुवन फिरि आए। सो निधान घटि भीतरि पाए।। नामदेव कहै कछूं आइये न जाइये। अपने राम घर बैठ गाइये।।

अध्याय २०

ढोंगी भक्तांवर जोरदार प्रहार
असत्य आचरण सोडण्यासाठी आग्रह

माणसाच्या डोळ्यांवर पट्टी बांधून त्याला एखाद्या अनोळखी जागी नेऊन सोडले तर तो आपल्या तोकड्या अनुभवांद्वारे काही गोष्टी ओळखू शकतो. तो त्या बाबतीत आपल्या डोक्यात एक प्रतिमा तयार करतो. वास्तविक, ती गोष्ट खरी असावी याची गरज नाही. परंतु अज्ञानाची पट्टी उतरली की सारे काही स्पष्ट दिसू लागते. जे जसे आहे तसे दिसू लागते. संत नामदेवांच्या बाबतीत असेच घडले.

ज्ञानप्राप्तीपूर्वी समाजात धर्माच्या नावाखाली चालणारी सारी कर्मकांडे त्यांना योग्य वाटत होती. ब्राह्मण, पुजारी यांसारख्या ज्ञानी लोकांच्या सांगण्यावर ते विश्वास ठेवत होते. ज्ञानप्राप्तीनंतर मात्र धर्माच्या नावाखाली समाजात सुरू असलेला ढोंगीपणा, कावेबाजपणा त्यांना स्पष्ट दिसू लागला. ब्राह्मण, पंडित, पुजारी, संन्यासी लोक कशा प्रकारे ढोंगीपणाने स्वतःच्या स्वार्थासाठी सोयीप्रमाणे धर्माची चिरफाड करून लोकांसमोर ठेवतात, हे लक्षात येऊ लागले.

अशी माणसे स्वतःला दयासागर, ईश्वराचे प्रतिनिधी समजतात. पण, ईश्वराच्या नावावर किती अधर्मनि व निर्दयतेने वागतात, याचे उत्तम उदाहरण संत ज्ञानेश्वरांच्या जीवनात दिसून येते. त्यांच्या संत स्वभावाच्या माता-पित्याला या धर्माच्या ठेकेदारांनी त्यांच्या परिवारासहित समाजातून बहिष्कृत केले. त्यांना इतका त्रास दिला, की ते नाइलाजाने देहान्त प्रायश्चित्त घेण्यासाठी तयार झाले. म्हणून संत नामदेवांनी आपल्या काही अभंगांमध्ये अशा पाखंडी भक्तांवर जोरदार प्रहार केला

आहे; जेणेकरून लोकांना वास्तव समजावे व लोकांनी त्यांच्या नादी न लागता थेट सत्य जाणून घ्यावे. चला, अशी काही उदाहरणे पाहू.

^१**भावार्थ :** ज्याप्रमाणे साप कात (त्वचा) टाकतो, पण विष टाकू शकत नाही; बगळा ध्यान करतो आहे असे वाटते, पण प्रत्यक्षात त्याच्या मनात मासे पकडण्याचे कपट सुरू असते, त्याप्रमाणे ढोंगी भक्त वागत आहेत. बाह्यत: वर्जित कामांचा त्याग करतात असे वाटते; वास्तवात ते ढोंग असते. लोकांसमोर धर्माचरणाचे व सत्कर्माचे नाटक करतात; प्रत्यक्षात मात्र तसे नसते. अशा प्रकारे ईश्वराचे भजन, ध्यान याचे ढोंग करून काय फायदा? यापेक्षा धार्मिक कर्मकांड करणे चांगले! उलट, आपले मन ताब्यात ठेवून ईश्वराच्या नामस्मरणाचे अमृत प्राशन करा.

^२**भावार्थ :** प्रस्तुत रचनेमध्ये संत नामदेव पुन्हा एकदा समाजात वावरत असलेल्या पाखंडी भक्तांकडे निर्देश करून म्हणतात, 'अशा लोकांच्या मुखात रामनाम असते व ते ईश्वराच्या मूर्तीपुढे टाळ्या वाजवत नाचण्याचे नाटक करतात. वास्तविक, त्यांच्या मनात इतरांबद्दल जरासुद्धा दयेची भावना नसते. अशा दिखाऊ भक्तीचा काय फायदा? अशा खोट्या व निर्लज्जपणे व्यवहार करणाऱ्या लोकांचा धिक्कार आहे.

स्वतःला ईश्वराचा दास समजून ते खोटे आचरण करतात. धनाच्या लोभापायी लोकांचे प्राण घेण्यासही ते कमी करत नाहीत. भक्तीच्या नावाखाली बळी देतात, जीवहत्येचे पाप करतात. स्वतःला भक्त म्हणवून घेतात. पण, खरेतर लोकांचा केसाने गळा कापतात. साधू-संन्यासी लोकांचा सन्मान करत आहोत असे वरकरणी दाखवून मोठेपणा मिळवतात; पण आतून ते चोर असतात. खऱ्या भक्ताला असा देखावा करण्याची काही आवश्यकता नाही, असा ढोंगीपणा ते करत नाहीत. कारण ईश्वराचे नामस्मरण त्यांच्यासाठी पुरेसे असते.

---

^१ भक्ति के नाम पर मिथ्या आचरण सापु कुंच छोडै बिखु नही छाडै। उदक माहि जैसे बगु धिआनु माडै।। काहे कउ कीजै धिआनु जपना।। जब से सुधु नाही मनु अपना।। सिंघच भोजनु जो नरु जानै।। ऐसे ही ठगदेउ बखानै।। नामे के सुआमी लहि ले झगरा। राम रसाइन पीओ रे दगरा।।

^२ मुखीं नाम हातीं टाळी। दया नुपजे कोणे काळीं।। काय करावें तें गाणें। धिक् तें लाजिरवाणे।। हरिदास म्हणोनि हलवि मान। कवडीसाठीं घेतो प्राण।। हरिदासाचे पायीं लोळे। केशीं धरोनी कापी गळे।। नामा म्हणे अवघे चोर। हरिनाम हें थोर।।

कपट करून ईश्वरप्राप्ती होत नाही

³**भावार्थ :** धर्माच्या नावावर साधूचा वेष परिधान करून ढोंग करणाऱ्या पाखंडी लोकांना संत नामदेव समजावून सांगतात, 'गुणातीत असलेला गोपाळ (ईश्वर, सेल्फ) कपटाने प्राप्त करून घेता येत नाही.' नामदेव सांगतात, 'चंदनाचा टिळा लावून, गळ्यात माळा अडकवून, साधूचा वेष परिधान करून काही जण स्वत:ला 'ज्ञानी पंडित' म्हणवून घेतात. परंतु सत्याच्या अनुभवाच्या बाबतीत निव्वळ कोरे असतात. त्यांच्या मनात ईश्वराबद्दल खरे प्रेम नसते. अध्यात्मातसुद्धा ते अहंकाराची सेवा करतात. कुठेतरी वाचलेल्या ज्ञानाच्या गोष्टी सांगत ज्ञान देतात. असे लोक इतरांना वैकुंठाची वाट दाखवतात; पण स्वत: आपल्या कर्मामुळे नरकात जातात.

'अध्यात्माच्या नावावर ढोंग करणे, देखावा करणे म्हणजे जाणूनबुजून विष घेण्यासारखे आहे. ढोंगी पंडित व त्यांचे शिष्य यांची जोडी म्हणजे एका आंधळ्याने दुसऱ्या आंधळ्याला मार्ग दाखवून विहिरीत पडण्यासारखे आहे. असे अज्ञानी लोक आपले मन बाह्य कर्मकांड—उदाहरणार्थ, पूजापाठ, तीर्थयात्रा, व्रत-वैकल्ये, संन्यास धारण करणे यांसारख्या गोष्टीत गुंतवून ठेवतात. खरे ज्ञान व ध्यान ते स्वीकारत नाहीत. त्यांच्या मनात इतरांबद्दल काडीमात्र दयाभाव नसतो. देवाचे नाव घेऊन ते काय-काय ढोंग करतात, कुणास ठाऊक!'

संत नामदेव पुढे म्हणतात, 'हे मनुष्यप्राण्या, तू या संसारातील सारे आधार सोडून फक्त ईश्वराच्या भजनाचा आधार घे! जीवनात शुभ-अशुभ काहीही घडले तरी ईश्वराच्या चरणांचा दास हो! ज्याप्रमाणे कोमल व सहृदय संत कर्मकांडांत न अडकता ईश्वराला शरण जातात, त्याप्रमाणे तूही कर! केशवा, परमेश्वरा, हा नामदेव तुला विनवणी करतो आहे, की माझ्यावर सतत कृपेचा वर्षाव कर!'

---

३ कपट मैं न मिलै गोविन्द गुन सागर गोपाल। गोपी चंदन तिलक बनावै कंठहु लावै माल।। मन प्रतीति नहीं रे प्रांनी औरन कूं समझाइ। लोकन कूं वैकुंठ पठावै, आपण जमपुरि जाइ।। जानि बूझि विष खाइये रे, अंधे अंधा हाथि।। देखत ही कूंवै पड़ै, अंधो अंधा साथि। जोग जग जप तप तीरथ व्रत मन राखै इन पास। ग्यान ध्यान तजि दया दीनता, हरि के नांइ उदास।। भजि भगवंत भजन भजि प्रांनी छांडे अनेरी आस। बरना बरन सुभासुभ भजि करि, कौन भयो निज दास।। कोमल विमल संत जन सूरा करैं जु हरि की आस। नित तुम कृपा करौ हे केसव, प्रणवत नामदेव दास।।

समजेविना ज्ञान व्यर्थ आहे

⁴भावार्थ : प्रस्तुत रचनेमध्ये संत नामदेव अशा ज्ञानबंधूंकडे निर्देश करतात जे धार्मिक ग्रंथांची पोपटपंची करत, जागोजागी फिरून लोकांना उपदेश करतात; पण ते ज्ञान कणभरही त्यांच्यात उतरलेले नसते. ते वेद-शास्त्रांचे निरर्थक पठण करतात. ईश्वराचे खरे स्वरूप मात्र अनुभवाने जाणून घेत नाहीत. नामदेव महाराज म्हणतात, 'अशा लोकांना जगात 'बुद्धिवान', 'पंडित' म्हटले जाते. मी नामदेव तर मूर्ख ठरलो आहे. कारण मी फक्त राम (सेल्फ) नामाचा जप करतो.'

❑❑❑

---

४   धृग ते बकता धृग ते सुरता। प्राननाथ कौ नांव न लेता।। ञाद वेद सब गलिं पुराना। रामनाम को मरम न जाना।। पंडित होई सो बेद बखानै। मूरखि नांमदेव राम ही जानै।।

अध्याय २१

भक्ताची ओळख व व्यवहार
सदाचारी कसे व्हावे?

आजकाल धर्माच्या, अध्यात्माच्या नावावर इतकी फसवणूक होत आहे, ढोंगी भक्तांचा सुळसुळाट झाला आहे, की खरा भक्त ओळखूच येत नाही. खरा भक्त कोणता, हे एखाद्या सामान्य माणसाच्या कसे लक्षात येणार? कोणाची संगत धरायची? कोणाला आदर्श मानायचे? जनसामान्यांची द्विधा मन:स्थिती, मनाची ही दुविधा समजून घेत संत नामदेवांनी खऱ्या भक्ताची ओळख व त्याचे व्यवहार याचे वर्णन आपल्या अभंगात केले आहे. खऱ्या भक्तांची वैशिष्ट्ये, गुण, व्यवहार यांचे दर्शन घडवणारे काही अभंग आपण या अध्यायात समजून घेणार आहोत. तसेच कोणते आचरण केल्याने खरा भक्त बनू शकतो, हेही या अभंगांत नमूद केले आहे.

'भावार्थ : प्रस्तुत रचनेमध्ये संत नामदेव खऱ्या भक्ताला ईश्वरप्राप्तीसाठी त्याने काय करायला हवे, हे समजावून सांगत आहेत. ते सांगतात, 'ब्रह्म प्राप्त करायचे असेल; म्हणजे स्वानुभव करायचा असेल, तर आधी सर्व प्राण्यांमधील गुण-दोष पाहणे बंद करायला हवे. सर्वांकडे समभावाने पाहिले पाहिजे. सर्वांप्रति समदृष्टी राखली पाहिजे. अशी विचारधारा असणे व त्याप्रमाणे व्यवहार करणे ही खरी भक्ती आहे. ही खूप मधुर व श्रेष्ठ आहे. याखेरीज कोणतेही साधन नाही. तुमची इच्छा असेल तर ते शोधण्याचा प्रयत्न करा. समदृष्टी ठेवली तर संसार

---

* पावावया ब्रह्मपूर्ण। सांडुनि देई दोष गुण।। सर्वांभूतीं समदृष्टि। हेचि भक्ति गोड मोठी।।
या वेगळें थोर नाही। बरवें शोधनिया पाही।। येणे संसार सुखाचा। म्हणे नामा शिंपियाचा।।

सुखामध्ये परावर्तित होतो,' हे नामदेव शिंपी तुम्हांला सांगत आहेत. समदृष्टी म्हणजे माणसाची भेदभाव करण्याची वृत्ती नाहीशी होणे. सर्व प्राणिमात्रांत त्या एकाच ईश्वराचे, चेतनेचे दर्शन होणे. ही तीच दृष्टी आहे जिच्या प्राप्तीने संत नामदेवांना एका कुत्र्यामध्ये आपल्या इष्टदेवतेचे, विठ्ठलाचे दर्शन झाले. आपला स्वामी उपाशी राहू नये म्हणून ते कुत्र्यामागे धावत होते.

²**भावार्थ :** प्रस्तुत पदामध्ये संत नामदेव खऱ्या साधूची ओळख करून देतात. एखाद्याच्या कपड्यांवरून, दाढी, वाणी इत्यादींकडे पाहून त्याला साधू समजले जाते. संत नामदेवांनी या पदामध्ये सांगितले आहे, की खरा साधू तोच जो सर्व प्राणिमात्रांमध्ये एकाच परमेश्वराचे दर्शन घेतो. तो समदृष्टी असतो. त्याचा अहंकार पूर्णतया विरून गेलेला असतो. एखादी नदी सागरामध्ये विलीन होऊन सागर बनावी तद्वत तो स्वतःचे अस्तित्व ईश्वरामध्ये सामावून टाकतो.

संत नामदेव म्हणतात, 'असे वर्तन करणारा शुद्ध साधू आहे. याव्यतिरिक्त आपल्या ज्ञानाचा, पांडित्याचा दिखावा करणारे लोक मायेमध्येच गुरफटून गेले आहेत. खरा साधू धनाला मातीसमान मानतो. रत्नांचे भांडार त्याला दगडासमान वाटते. त्याच्यातील कामक्रोधादी विकार दूर झालेले असतात. विकारांचा त्याग करून त्याची जागा तो शांती, क्षमा, करुणा यांनी भरून टाकतो. खऱ्या साधूच्या मुखात अविरत हरिनाम असते, तो त्यातच तल्लीन होऊन जातो. क्षणभरदेखील त्याला परमात्म्याचे विस्मरण होत नाही. याउलट, साधूसारखे भासणारे पंडित, ज्ञानी लोक मायेशी बांधलेले असतात. कारण भेदभाव करणारी त्यांची बुद्धी जागृत असते. ते स्वतःला इतरांपासून वेगळे समजतात. म्हणून संत नामदेव त्यांना खरा साधू मानत नाही.'

³**भावार्थ :** एकात्म अनुभवी भक्त कसा असतो, हे सांगताना नामदेव म्हणतात, 'ज्याप्रमाणे गाढ झोपेत असताना माणसाच्या जवळ साप असो वा उर्वशी

---

२ सर्वांभूतीं पाहे एक वासुदेव। पुसोनिया ठाव अहंतेचा।। तोचि संत साधु ओळखावा निका। येर ते ऐका मायाबद्ध।। देखिलिया धन मृत्ति के समान। नवविधा रत्नें जैसे धोंडे।। काम क्रोध दोघे घातले बाहेरी। शांति क्षमा घरीं राबवित।। नामा म्हणे नाम गोविंदाचें वाचे। विसंबेना त्याचे क्षणमात्र।।

३ पैंनिद्रतेचेनि आंगेसी। साप तैसा उर्वशी। तेवीं स्वरूप स्थासरिसीं। देही द्वंद्बे।। म्हणोनि तयाचा ठायीं। शेणा सोन या विशेष नाही। रत्ना गुंडे या कांही। नेणि जे भेदु।।

त्याला काही फरक पडत नाही, त्याला दोन्ही सारखेच असतात, त्याप्रमाणे जो आत्मानंदाच्या अनुभवात लीन असतो, त्याला जन्म, मृत्यू, जीवन सारखेच असते. कोणत्याही परिस्थितीत तो आत्मस्वरूपात रमलेला असतो. बाहेर काहीही होऊ दे, त्याची स्थिती अचल, स्तब्ध राहते. शेण असो वा सोने त्याच्या लेखी दोन्ही समान असतात. त्याच्या दृष्टीने दोन्हींत काहीही फरक नसतो. कारण त्याचे मन आसक्तीरहित, आकर्षणमुक्त झालेले असते.

भावार्थ : खऱ्या भक्तांची अवस्था कशी असते, ते कशा प्रकारे ईश्वरध्यानात व भक्तीच्या आनंदात रंगून जातात याचे वर्णन प्रस्तुत पदात केले आहे.

संत नामदेव म्हणतात, 'फक्त ईश्वराचे नाव (हरिनाम) एकमेव हिरा आहे. बाकी संसारातील सारे आकर्षण दगडासमान आहे. हरिनाम इतके प्रभावशाली आहे, की ते घेतल्याने सारी दुःखे, त्रास, पीडा समाप्त होतात. माझे जे काही आहे, माझी जातपात, धर्म-नियम... ते सारे हरिनामच आहे. माझ्या जीवनातील एकमेव क्रांती हरिनाम आहे. म्हणजे मी फक्त त्यालाच पूजतो.

या जगातील सुखाची राससुद्धा हरिनाम आहे. हरिनामामुळे यमराजाचा फासही सैल होतो. याचाच अर्थ, तुम्ही जन्म-मरणाच्या चक्रातून, अहंकाराच्या विळख्यातून सुटून जाता. हे संपूर्ण विश्व हरिनामावर सुरू आहे आणि नामदेवसुद्धा हरिनामाच्या उच्चारणामुळे भवसागर पार करत आहे.

❑❑❑

---

४ हरि नांव हीरा हरि नांव हीरा। हरि नांव लेत मिटै सब पीरा।। हरि नांव जाती हरि नांव पांती। हरि नांव सकल जीवन मैं क्रांती।। हरि नांव सकल सुख न की रासी। हरि नांव काटै जमकी पासी।। हरि नांव सकल भुवन तत सारा। हरि नांव नामदेव उतरे पारा।।

अध्याय २२

आत्मज्ञानाचा उद्घोष
ईश्वरप्राप्तीचा योग्य मार्ग

आपल्या गुरूकडून आत्मज्ञान (ब्रह्मज्ञान, स्वानुभव) प्राप्त करून नामदेवांनी आयुष्यभर त्याचा उद्घोष केला. त्याचीच अभिव्यक्ती केली व तीच शिकवण दिली. चला, या संदर्भातील त्यांची एक गोष्ट वाचू.

एकदा संत नामदेव आपल्या शिष्यांना ज्ञान व भक्ती संदर्भातील वचन सांगत होते. तिथे उपस्थित एका शिष्याने विचारले, ''गुरुदेव! आम्हांला सांगितलं गेलं आहे की, ईश्वर सर्वत्र व्यापलेला आहे. मग तो दिसत कसा नाही? तो खरंच आहे, यावर कसा विश्वास ठेवायचा? आणि तो असेल तर कसा प्राप्त करायचा?''

नामदेव महाराज हसले. त्यांनी दुसऱ्या एका शिष्याला लोटाभर पाणी व थोडे मीठ आणायला सांगितले. आज्ञेचे पालन करत, त्याने त्वरित लोटाभर पाणी व मीठ आणले. यावरून ते काय समजावणार आहेत, असा तिथे बसलेल्या शिष्यांना प्रश्न पडला. शिष्याने विचारलेल्या प्रश्नांचा या गोष्टींशी काय संबंध? संत नामदेवांनी शिष्याच्या हातात दोन्ही वस्तू दिल्या व विचारले, ''तुझ्या हातात काय आहे?'' शिष्य म्हणाला, ''मीठ व पाणी.''

नामदेवांनी सांगितले, ''आता त्या पाण्यात मीठ घालून ढवळ!'' शिष्याने सांगितल्याप्रमाणे केले.

सगळे मीठ पाण्यात विरघळल्यावर नामदेवांनी शिष्याला विचारले, ''तू पाण्यात काय घातलंस?''

तुशिष्य उत्तरला, ''मीठ.''

संत नामदेवांनी प्रतिप्रश्न केला, ''पाण्यात मीठ आहे, हे तुला माहीत आहे. परंतु तुला किंवा इथं बसलेल्या शिष्यांना मीठ दिसतंय का?'' सर्वांनी नकारार्थी मान हलवली.

''ठीक आहे. आता कोणीतरी हे पाणी चाखून बघा. चाखल्यावर मिठाची चव लागते का?'' संत नामदेवांनी विचारले.

पाण्याची चव बघून शिष्याने होकारार्थी मान हलवली. ''बरं! आता हे पाणी थोडा वेळ उकळत ठेवा!'' संत नामदेवांनी निर्देश केला. थोडा वेळ पाणी उकळत ठेवले. सगळ्या पाण्याची वाफ होऊन उडून गेल्यावर नामदेवांनी शिष्यांना लोट्यामध्ये बघायला सांगितले व विचारले, ''आता लोट्यामध्ये काही शिल्लक आहे का?''

''हो, लोट्यामध्ये मिठाचे कण दिसत आहेत.'' शिष्याने उत्तर दिले.

संत नामदेव हसले व समजावणीच्या सुरात म्हणाले, ''ज्याप्रमाणे पाण्यात तुम्ही मिठाची चव चाखली; परंतु मीठ दिसले नाही, त्याप्रमाणे या विश्वात प्रत्येक ठिकाणी ईश्वर असला तरी दिसत नाही; पण तुम्ही त्याचा अनुभव घेऊ शकता. अग्निमुळे पाण्याची वाफ होऊन ते उडून गेले. तद्वत भक्ती, ध्यान व सेवा केल्याने विकारांचा अंत होतो. तुमचे अंतःकरण शुद्ध होऊन तुम्ही ईश्वराला प्राप्त करून घेऊ शकता.''

यावरून तुमच्या लक्षात येईल, की कशा प्रकारे संत नामदेव जटिल ब्रह्मज्ञान सोप्या-सरळ भाषेत सांगत होते. आपल्या रचनांद्वारे हेच ज्ञान त्यांनी जनसामान्यांपर्यंत पोहोचवले.

चला, अशा त्यांच्या काही रचना जाणून घेऊ.

‘**भावार्थ** : नामदेवांनी या पदामध्ये ईश्वराच्या विशाल सत्तेचे वर्णन केले आहे. ते सांगतात, की ‘या जगात जे काही घडत आहे, जे अस्तित्वात आहे त्याच्यामागे एकमेव चेतना आहे, जिला आपण ईश्वर म्हणतो.’ या ईश्वराला पांडुरंगाच्या नावाने संबोधित करून ते म्हणतात, ‘या समस्त विश्वाचा तूच एक आधार आहेस. तुझ्या

---

१ तुझिया सत्तेनें वेदासी बोलणें। सूर्यासी चालणें तुझिया बळें।। ऐसा तू समर्थ ब्रह्मांडाचा धनी। वर्म हैं जाणूनि शरण आलों।। मेघांनी वर्षविं पर्वतीं बैसाकै। वायूनें विचरावें सत्ते तुझे।। नामा म्हणे काडी न हाले साचार। प्रभु तू निर्धार पांडुरंगा।।

सत्तेने वेद व शास्त्रे बोलतात. तुझ्या शक्तीमुळे सूर्य आहे. हे समस्त ब्रह्मांडाचा स्वामी! तू पूर्णतया समर्थ आहेस. म्हणजेच तुझ्या सामर्थ्यामुळेच संपूर्ण चराचर, ब्रह्मांड लयबद्ध गतीने चालू आहे.

'मी या गोष्टी चांगल्या प्रकारे जाणल्या आहेत. म्हणून मी तुला शरण आलो आहे. तुझ्या शक्तीमुळे मेघ बरसतात, वारेसुद्धा तुझ्या इशाऱ्यानुसार वाहतात, तुझ्या आज्ञेशिवाय गवताची एखादी काडीसुद्धा हालू शकत नाही. हे ईश्वरा! तूच माझा एकमेव आधार आहेस.'

²**भावार्थ :** प्रस्तुत अभंगात नामदेवांनी एक सत्य प्रकाशित केले आहे.

ते म्हणतात, 'ईश्वराने स्वतःच्या इच्छेप्रमाणे विश्वाची रचना केली. वाऱ्यामुळे पाण्यावर तरंग उठतात, वादळामुळे शांत पाण्यातसुद्धा लहरी उठतात, याचप्रमाणे ग्राहकाच्या इच्छेनुसार सोनार सोन्याचे वेगवेगळे अलंकार घडवतो. तसेच हेदेखील समजा की, ईश्वराच्या इच्छेनुसार मायेने सगळीकडे आकार असलेल्या वस्तू निर्माण केल्या. जसे, आकाशात ढग असताना एक पडदा तयार झाल्यासारखा वाटतो. प्रत्यक्षात तो नसतो तरी दिसतो. तसाच हा समस्त संसार मायेचा केवळ भ्रम आहे. खरेतर त्याचे अस्तित्वच नाही. तरीही मायेच्या प्रभावामुळे भासमान होते. या मायेला खरे मानून माणूस दुःखी होतो. 'माझं मन, माझी मुलं, माझा परिवार, माझे घरं...' असे सांगत रडत राहतो. वास्तविक त्याचे काहीही नसते.'

संत नामदेव आत्मज्ञानाची शिकवण देत सांगतात, "ही गहन गोष्ट समजून घ्या. मायेच्या भ्रमात अडकू नका. तिच्याकडे लक्ष देऊ नका. त्यामागे लपलेल्या निर्विकार चैतन्याकडे बघा व ते प्राप्त करण्याची इच्छा ठेवा."

³**भावार्थ :** प्रस्तुत पदामध्ये संत नामदेवांनी ईश्वराची अनेक रूपे आहेत, या धारणेचे व विविध प्रकारच्या पूजा पद्धतींचे खंडन करत अद्वैतवाद (ईश्वर एकाच

---

२ ना तरी पवने स्पर्शिले नीर। पढिया से तरंगाकार। का परापेक्षा अलंकार। व्यक्ति कनकी।। तैसे सकळ हे मूर्त। जाण पां माया करिता। जैसे आकाशीं बिंबत। अभ्र पटळ।। तैसे आदीचि जें नाहीं। तयालागीं तूं रूदसि कायी। तूं अवीट तें पाही। चैतन्य एक।।

३ विष्णुसी भजला शिव दुराविला। अधःपतन झाला तया नर।। शिव पूजा करी विष्णुसी अव्हेरी। तयाचिये घरी यम नांदे।। विष्णु कथा ऐके शिवासी जो निंदी। तयासी गोविंद ठाव नाहीं।। 'नामा' म्हणे असती शिव-विष्णु एक। वेदाचा विवेक आत्माराम।।

चेतनेचे नाव आहे, वेगवेगळे नाहीत) प्रस्थापित केला आहे. ईश्वराचे एकच रूप आहे यावर जोर देत ते म्हणतात, 'विष्णू आणि शिव वेगवेगळे नसून एकच आहेत.'

पुढे ते म्हणतात, 'जे विष्णूची पूजा करतात ते शंकराला मानत नाहीत; तसेच जे शंकराची पूजा करतात ते विष्णूची आराधना करत नाहीत, म्हणजे ते यांना ईश्वर मानत नाही. वास्तविक, हे सर्व जण अज्ञानरूपी अंधकाराने वेढले गेले आहेत. विष्णूला मानणारा व शंकराची निंदा करणारा भक्त जाणून घेत नाही, की वास्तवात ईश्वर म्हणजे काय? कसा आहे? कोण आहे? कारण, जर ते हे जाणत असते, तर असा मूर्खपणा त्यांनी केला नसता.'

नामदेव महाराज म्हणतात, 'शिव व विष्णू दोन नसून एकच आहेत. जो शिव आहे तोच विष्णू आहे. हे आपल्या मनाचे अज्ञान आहे, ज्यामुळे एका ईश्वराला अनेक रूपं दिली. वेदांमध्येसुद्धा याच सत्याचा (ईश्वर एकच सत्ता आहे) उद्घोष केला आहे. त्यामध्ये एकच समज (विवेकबुद्धी) दिली आहे की, एकच ब्रह्म आहे, तोच शिव आहे व तोच विष्णू आहे. प्रत्येकात त्या एकाच ईश्वराला बघा. कारण प्रत्येकात तेच आत्मारूपी तत्त्व आहे.'

⁴**भावार्थ :** गुरूकडून ज्ञान प्राप्त केल्यानंतर संत नामदेवांच्या चेतनेचा स्तर उंचावला तेव्हा मानवीय स्वरूपात मंदिरातील मूर्तीत सामावलेले आराध्यदैवत विठ्ठल तेथून बाहेर आले व असीमित ब्रह्म होऊन गेले. आता त्यांच्या दृष्टिकोनातून विठ्ठलाच्या परमस्वरूपाची जी अनुभूती आहे त्याचे वर्णन त्यांनी प्रस्तुत पदामध्ये केले आहे.

संत नामदेव म्हणतात, 'भक्तीच्या प्रभावामुळे परब्रह्म निर्गुण चैतन्य सत्ता विठ्ठलाच्या रूपात प्रकट होऊन माझ्या मनात स्थापित झाली. जेव्हा मी त्यांच्याकडे पाहतो तेव्हा त्यांचे एक नवीन रूप दिसू लागते. विठ्ठलाला हृदयात स्थापित केल्यामुळे मी सगळ्या पापांपासून, दुःखांपासून मुक्त झालो आहे. ते निराकार परब्रह्म आहे. ते सच्चिदानंद परब्रह्म सावळ्या रंगाच्या मनमोहक मूर्तीत माझ्यासमोर प्रकट झाले आहे. विठ्ठलाच्या या स्वरूपावर मी प्रेम करतो.'

---

४ निर्गुणीचे वैभव आले भक्तिमिषे। ते विट्ठल वेषे ठसावले।। बरविया बरवें पाहता नित्य नवें। हृदयी ध्याता निंव त्रिविधताप।। निर्विकला निराकारू निःशून्य निधारू। निर्गुण अपरंपारू चिदानंद सावळे।।

अशा प्रकारे नामदेवांनी आपल्या पदामध्ये सगुण-निर्गुणातील भेद मिटवून टाकला. ते सांगतात, की सगुण रूपात दिसणारे रूप वास्तविक निराकार चेतना म्हणजे ईश्वर आहे.

भावार्थ : भक्तीच्या नावावर वेद, पुराण व शास्त्र यांची पोपटपंची करून त्यात ईश्वरप्राप्तीचा मार्ग शोधणाऱ्या लोकांना प्रस्तुत पदामधून नामदेव महाराजांनी समजावले आहे. असे लोक स्वतःला ज्ञानी समजतात; पण त्यांच्या हाती काही लागत नाही. ज्ञानदेव त्यांना शिकवण देऊन सांगतात, 'चारही वेद, सहा शास्त्रे, अठरा पुराणे साऱ्यांमध्ये ईश्वराचे गुणगान केले आहे. परंतु जसे, दही घुसळून लोणी काढता येते तसे साऱ्या ग्रंथांचे, पुराणांचे मंथन करून त्यातील सार जाणून घ्या व आपली समज वाढवा, तुम्ही फक्त ईश्वराचे ध्यान करा. म्हणजेच, अर्थ समजून न घेता नुसती पोपटपंची करत वाचत बसू नका. ते निरर्थक आहे. त्याने काहीही साध्य होणार नाही. भक्ती वाढवून आत्मसुधारणेवर लक्ष केंद्रित करा.

इतक्या सगळ्या मार्गांची माहिती झाली तरी त्याने काही फरक पडणार नाही. आजूबाजूच्या व्यर्थ गोष्टी सोडून फक्त ईश्वराचे ध्यान करा. त्याचे नावच सार्थक आहे. त्या एकमेव ईश्वराचे ध्यान करा. तोच सर्व जिवांमध्ये विद्यमान आहे. त्याला प्राप्त करून घेण्यासाठी इतर कठीण मार्गांवर निष्कारण भरकटू नका. फक्त त्याचे नाम व ध्यान सर्वश्रेष्ठ आहे, तोच मुक्तीचा मार्ग आहे, तेच वैकुंठ आहे, अशा सर्वविद्यमान, सर्वव्यापी ईश्वराची अनुभूती ज्ञानदेवांसाठी मुक्ती आहे.

◻◻◻

---

५ चंहू वेदीं जाण साहि शास्त्रीं कारण। अठराहि पुराणें हरिसी गाती।। मंथुनी नवनीता तैसे हो अनंता। वायां व्यर्थ कथा सांडी मार्गु।। एक हरी आत्मा जीव शिव समा। वायां तू दुर्गमा न घालीं मना।। ज्ञानदेवा पाठ हरी हा वैकुंठ। भरला घनदाट हरी दिसे।।

अध्याय २३

थोडक्यात; पण महत्त्वाचे!
कमी शब्दांत गहिरी समज

एकीकडे संत नामदेवांनी ज्ञान व भक्तीची शिकवण देणाऱ्या मोठमोठ्या पदांची रचना केली; तर दुसरीकडे कबीराप्रमाणे छोट्या दोह्याच्या रूपात त्यांनी ज्ञान गुंफले होते. या छोट्या रचना 'गागर में सागर' म्हणजे 'थोडक्यात; पण महत्त्वाचे!' ही म्हण सार्थ करतात.

चला, यातील काही रचनांचे सार जाणून घेऊ.

[१]**भावार्थ :** प्रस्तुत रचनेत संत नामदेव म्हणतात, तो परब्रह्म परमचैतन्य निर्गुणही आहे आणि सगुणही आहे. मूळ स्वरूप निराकार असले तरी तोच नित्य नूतन आकार धारण करून सर्वांसमोर प्रकट होतो. या पांडुरंगात सारे विश्व सामावले आहे, तर साऱ्या विश्वात तो चेतनेच्या रूपात सामावला आहे. अशा पांडुरंगाला बघताच परमसुखाची अनुभूती होते.

[२]**भावार्थ :** या रचनेमध्ये संत नामदेव आपल्या आत्मज्ञानी नजरेतून विश्वाकडे बघत आहेत आणि ईश्वरीय लीलांकडे त्याच आत्मानंदात राहून आश्चर्य करत आहेत, ईश्वराचे गुणगान करत आहेत. ते म्हणतात, 'ईश्वराची अद्भुत लीला

---

१ निर्गुण सगुण नाही जया आकार। होऊनि साकार तोचि ठेला।। पांडुरंगी अंगे सर्व झालें जग। निववी सर्वांग नामा म्हणे।।

२ अणमडि़ आमंदलु बाजै। बिनु सावन घनहरु गाजै।। बादल बिनु बरखा होई। जउ ततु बिचारै कोई।।

बघायला मिळत आहे. विनाकातड्याचा मृदंग वाजत आहे, पावसाळा नसून ढग गरजू लागले आहेत, ढगांशिवाय पाऊस बरसू लागला आहे. म्हणजेच सर्व विचित्र घडत आहे. खरेतर सत्य असेच आहे. ते तर्कात बसत नाही. संत नामदेव सत्याच्या या अतार्किकतेचे वर्णन करत आहेत.'

३**भावार्थ :** प्रस्तुत रचनेमध्ये नामदेव आपल्या आत्मानुभवी आंतरिक अवस्थेचे वर्णन करत म्हणतात, 'मी आता ईश्वरप्राप्तीसाठी कुठल्याही तीर्थस्थानी जाणार नाही, की पुण्य मिळवण्यासाठी पवित्र नद्यांवर जाऊन स्नान करणार नाही. मी अशी कर्मकांडे करत नाही, मी कोणत्याही जीवजंतूंना त्रास देत नाही. माझ्या गुरूने माझ्या अंतरंगात ८८ तीर्थ (स्वानुभव) जागृत केले आहेत. मी त्या घाटावर— अंतर्यामी हरिनामाच्या गंगेवर स्नान करतो आणि त्याच अनुभवात डुंबत राहतो.'

४**भावार्थ :** संत नामदेव म्हणतात, 'भलेही तुम्ही भक्तीच्या नावावर सेवा करा, पूजा-अर्चना करा, ध्यान, नामस्मरण, तीर्थयात्रा, व्रत, उपवास इत्यादी काहीही करा. पण, तुमच्या मनात ईश्वराप्रति खरा भक्तिभाव नसेल, त्याच्यावर पूर्ण विश्वास नसेल, तर या सर्व गोष्टी निरर्थक आहेत. या सगळ्या प्रपंचाचा काहीही फायदा होणार नाही. कारण भाव व विश्वास हे भक्तीचे मुख्य गुण आहेत. आधी ते अंगीकारले पाहिजेत.'

५**भावार्थ :** प्रस्तुत रचनेमध्ये संत नामदेवांनी अशा भक्तांवर कडक टीका केली आहे, जे दगडाच्या मूर्तीत ईश्वर पाहतात; पण जिवंत रूपातील जिवांना त्रास देतात.

संत नामदेव म्हणतात, 'एका दगडाची तुम्ही पूजा करता आणि त्याच वेळी दुसऱ्या दगडावर पाय ठेवून चालता. वास्तविक दोन्ही दगडच आहेत. एका दगडात देव असेल तर दुसऱ्या दगडातही असलाच पाहिजे. नामदेव आता असा भेदभाव न करता त्याच हरिची सेवा करतो जो सर्वांभूती वसला आहे.'

---

३ तीरथ जाऊँ न जल मैं पैसू जीव जंत सताऊँगा। अठसठि तीरथि गुरू लखाए घट ही भीतरि न्हाऊँगा।।

४ सेवा पूजा सुमिरन ध्यान। झूठा की जैबिन भगवान। तीरथ बरत जगत की आस। फोकट की जैबिन बिसवास।

५ एकै पाथर की जैभाऊ, दुजै पाथर धरिए पाऊ। जेइहु देऊ, तऊ उहू भी देवा।। कहि नामदेव हम हरि की सेवा।।

ईश्वराची पूजाअर्चा, ध्यान इत्यादी पद्धतींकडे आरंभीच्या काळापासून पाहिले तर लक्षात येईल, की आधी ईश्वराच्या निराकार स्वरूपाचे ध्यान केले जायचे. त्याची कोणतीही प्रतिमा अथवा रूप नव्हते. कालांतराने लोकांना निराकार स्वरूपाचे ध्यान करणे कठीण वाटू लागले. म्हणून स्वानुभवी संतांनी सृष्टीमध्ये ईश्वरदर्शन घेण्याचा संदेश दिला. जसे, पर्जन्यदेवता, इंद्रदेव, अग्निदेव, पवनदेव, पृथ्वीमाता, आकाशदेवता, वृक्ष, वनस्पती, पर्वत, नद्या, गाय इत्यादींची स्तुती करा. माणसाला प्रकृतीच्या प्रत्येक रूपात ईश्वराचे दर्शन व्हावे, हाच असे गुणगान करण्यामागचा एकमेव उदेश होता. त्याला समजावे, की ईश्वर किती रूपात येऊन त्याचे पालनपोषण करत आहे, त्याचे रक्षण करत आहे. या कृतज्ञतेची जाणीव ठेवून माणूस प्रत्येक रूपातील ईश्वराला धन्यवाद देऊ शकेल.

त्यानंतर ईश्वराला दगडाच्या मूर्तीत कोरले गेले. याच्या मागची भावना अशी होती, की निराकार ईश्वराचा अनुभव घेतला, सृष्टीमध्ये दर्शन घेतले, जीवजंतूंमध्ये ईश्वर पाहिला तर आता निर्जीव दगडातही त्याला पाहता यावे. ईश्वराच्या अनुभवाचा आरंभ त्याच्या वास्तविक निराकार स्वरूपापासून सुरू होऊन दगडापर्यंत येऊन थांबला. दगड ही शेवटची साखळी होती. ज्यांनी दगडाच्या मूर्ती बनवल्या त्यांनी सर्वांमध्ये ईश्वरदर्शन घेतले होते आणि सरतेशेवटी दगडातही ईश्वराचे दर्शन घेतले. म्हणून त्यांनी ईश्वराचे प्रतिकात्मक रूप म्हणून ईश्वराला दगडात कोरले. परंतु अज्ञानी लोक फक्त दगडातच अडकून राहिले. फक्त दगडाच्या विशिष्ट रूपातच ईश्वर आहे, बाकी सर्व जण वेगवेगळे आहेत, वेगळ्या वस्तू, वेगळी माणसे आदी, ही समज बाकी उरली.

अशा लोकांना संत नामदेव समजावतात, 'दगडात अडकू नका. अशा चेतनेपर्यंत पोहोचा, जी दगडातही आहे व बाकी सर्व जीवजंतू, वनस्पती यांमध्येसुद्धा आहे.'

^६**भावार्थ :** या पदामध्ये नामदेव म्हणतात, 'मनुष्याला मायेच्या भवसागरातून पार करणारे एकमेव प्रभुनाम आहे. रामनामाचे (सेल्फ) स्मरण करून माणूस आपल्या कुळाचा तिन्ही लोकांतून उद्धार करू शकतो, आणि वैकुंठ म्हणजे ज्याला ईश्वराचे स्थान म्हणतात, तिथे निवास करू शकतो. म्हणजेच स्वानुभवात स्थापित होऊन परमानंदात तल्लीन होतो.'

---

६ नाम एक चितारक। राम नामाचें शुद्ध मुख। येणें उद्धरती तीन्ही लोक। कुळा सहित वैकुंठा।।

⁶**भावार्थ :** प्रस्तुत रचनेमध्ये संत नामदेवांच्या भक्तीची पराकाष्ठा दिसून येते.

ते म्हणतात, 'माझ्यावर आकाश कोसळले तरी मी हरिचे चरण सोडणार नाही. म्हणजे, संसारात मोठ्यातली मोठी संकटे आली तरी ती मला हरिभक्तीपासून दूर करू शकत नाहीत.'

⁷**भावार्थ :** या दोन पंक्ती संत नामदेवांच्या समभाव अवस्थेचे वर्णन करतात. या अवस्थेतून त्यांना सर्वत्र विठ्ठलच विठ्ठल दिसत होता.

ते म्हणतात, 'इथेही विठ्ठल, तिथेही विठ्ठल. विठ्ठलरहित असे काहीही या संसारात नाही. मायेच्या प्रभावामुळे ज्याचे अस्तित्व दिसून येते त्यातही त्या एकाच चेतनेचा वास आहे, त्या चेतनेतूनच ते निर्माण झाले आहे.'

⁸**भावार्थ :** या रचनेमध्ये संत नामदेव आपल्या अकर्ता भावनेच्या अवस्थेची वाखाणणी करतात.

ते ईश्वराला म्हणतात, 'माझे हातपाय जे काही काम करतात, ते सर्व तू केवळ माझ्यासाठी करत आहेस.' म्हणजे संत नामदेव ईश्वराकडे कर्तेपण देऊन म्हणतात, 'माझ्या शरीराद्वारे, इंद्रियांद्वारे जी कर्में होत आहेत, त्याचा कर्ता ईश्वर असून हे शरीर म्हणजे त्याचे साधन आहे.'

¹⁰**भावार्थ :** प्रस्तुत रचनेमध्ये संत नामदेवांनी अशा लोकांवर कटाक्ष टाकला आहे, जे लोकांच्या गरिबीला हसतात. त्यांना मदत करायची सोडून त्यांची टर उडवतात. ते म्हणतात, 'ईश्वराचे मूल फाटकी गोधडी (फाटलेली, जुनी रजई) पांघरत आहे, हे पाहून सगळे जण निर्लज्जपणे हसत आहेत. श्रीमंत असो वा गरीब, सर्व जण ईश्वराची लेकरे आहेत. म्हणून सर्वांना ईश्वरासमान मानून एकमेकांची सेवा करायला हवी, मदत करायला हवी.'

¹¹**भावार्थ :** संत नामदेव ईश्वराची शपथ घेऊन म्हणतात, 'माझा देह राहो अथवा न राहो; पण हे पंढरीनाथा, तुला माझी शपथ आहे, माझा भक्तिभाव अखंड टिकून राहावा. हे विठ्ठला! मी जगेन अथवा मरेन, पण तुझे चरण कदापि सोडणार नाही.'

❑❑❑

---

७ तुटोनि आकाश। पडेलहि शिरीं। न सोडी मी हरी। पाय तुझे।।

८ इभै बीठनु, उभै बीठलु। बीठल बिनु संसारू नहीं।।

९ हाताचें करणें। कांपा यांचे चालणें। तेंहो यमज कारणें। तैसें करीं।।

१० समर्थचे बाळ। पांघरे वाकळ। हासती सकळ। लाज कोणा।।

११ देह जावो अथवा राहो। पांडुरंगीं दृढ भावो।। चरण न सोडी सर्वथा। तुझी आण पंढरीनाथा।

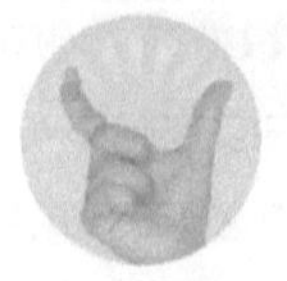

सरश्री : एक अल्प परिचय

सरश्रींचा आध्यात्मिक शोधाचा प्रवास त्यांच्या बालपणापासूनच सुरू झाला होता. हा शोध सुरू असताना त्यांनी अनेक प्रकारच्या पुस्तकांचा अभ्यास केला. त्याचबरोबर आपल्या आध्यात्मिक शोधात मग्न राहून त्यांनी अनेक ध्यानपद्धतींचा अभ्यास केला. त्यांच्या या शोधाने त्यांना अनेक वैचारिक आणि शैक्षणिक संस्थांमध्ये जाण्यासाठी प्रेरित केले. तरीही अंतिम सत्यापासून ते अद्याप दूरच होते.

सत्यप्राप्तीच्या शोधासाठी जास्तीत जास्त वेळ देता यावा, या तीव्र इच्छेने त्यांना, ते करत असलेले अध्यापनाचे कार्य थांबवण्यास प्रवृत्त केले. जीवनाचे रहस्य समजण्यासाठी त्यांनी बराच काळ मनन करून आपले शोधकार्य सातत्याने सुरू ठेवले. या शोधाच्या शेवटी त्यांना 'आत्मबोध' प्राप्त झाला. आत्मसाक्षात्कारानंतर त्यांना जाणवले, की अध्यात्मातील प्रत्येक मार्ग ज्या एका कडीने जोडलेला आहे, ती आहे 'समज' (Understanding).

सरश्री म्हणतात, 'सत्यप्राप्तीच्या सर्व मार्गांचा आरंभ वेगवेगळ्या प्रकारे होत असला तरी सर्वांच्या शेवटी मात्र एकच समज प्राप्त होते. ही 'समज'च सर्व काही असून, ती स्वतःमध्येच परिपूर्ण आहे. आध्यात्मिक ज्ञानप्राप्तीकरिता या 'समजे'चे श्रवणसुद्धा पुरेसे आहे.' हीच 'समज' प्रदान करण्यासाठी सरश्रींनी 'तेजज्ञान फाउंडेशन'ची निर्मिती केली. तेजज्ञान ही आत्मविकासातून आत्मसाक्षात्कार प्राप्त करण्याची परिपूर्ण ज्ञानप्रणाली आहे.

आजवर सरश्रींनी तीन हजारांहून अधिक प्रवचने दिली आहेत. या प्रवचनांद्वारे ते अध्यात्मातील अतिशय गहन संकल्पना सहज, सुलभ आणि व्यावहारिक भाषेत समजावून सांगतात. समाजातील प्रत्येक स्तरांवरील मनुष्य सरश्रींद्वारे सांगितल्या जाणाऱ्या या समजेचा लाभ घेऊ शकतो.

ही समज प्रत्येकाला आपल्या अनुभवातून प्राप्त व्हावी, यासाठी सरश्रींनी 'महाआसमानी परमज्ञान शिबिर' आणि त्यासाठी आवश्यक असणारी कार्यप्रणाली (सिस्टिम) तयार केली. तिचा लाभ आज लाखो लोक घेत आहेत. या प्रणालीला आयएसओ (ISO 9001:2015) प्रमाणपत्रही लाभले आहे. या प्रणालीमुळेच अनेकांना सत्यमार्गावर वाटचाल करण्याची प्रेरणा मिळाली आहे. या समजेचा प्रचार आणि प्रसार करण्यासाठी त्यांनी 'तेजज्ञान फाउंडेशन' या आध्यात्मिक संस्थेचा पाया रचला. 'हॅपी थॉट्सद्वारे उच्चतम विकसित समाजाची निर्मिती करणे,' हेच या संस्थेचे मुख्य उद्दिष्ट आहे.

विश्वातील प्रत्येक मनुष्य आज सरश्रींच्या मार्गदर्शनाचा लाभ घेऊ शकतो. त्यासाठी कोणत्याही धर्म, जात, उपजात, वर्ण, पंथ वा लिंग यांचे बंधन नसते. विश्वाच्या प्रत्येक कानाकोपऱ्यांतील लोक आज 'तेजज्ञान'च्या अनोख्या ज्ञानप्रणालीचा (System for Wisdom) लाभ घेत आहेत. याच व्यवस्थेचा आणखी एक महत्त्वपूर्ण भाग म्हणजे, दररोज सकाळी आणि रात्री ९ वाजून ९ मिनिटांनी लाखो लोक विश्वशांतीसाठी प्रार्थना करत आहेत.

बेस्ट सेलर पुस्तक *विचारनियम* शृंखलेचे रचनाकार म्हणूनही सरश्रींना ओळखले जाते. केवळ पाच वर्षांच्या कालावधीत या पुस्तकाच्या एक कोटीपेक्षा अधिक प्रती वितरित झाल्या आहेत. याशिवाय आजवर त्यांनी विविध विषयांवर १५० हून अधिक पुस्तके लिहिली आहेत. त्यांपैकी *विचार नियम, स्वसंवाद एक जादू, शोध स्वतःचा, स्वीकाराची जादू, निःशब्द संवाद एक जादू, संपूर्ण ध्यान* इत्यादी पुस्तके बेस्ट सेलर झाली आहेत. ही पुस्तके दहापेक्षा अधिक भाषांमध्ये अनुवादित केली गेली असून पेंग्विन बुक्स, हे हाउस पब्लिशर्स, जैको बुक्स, मंजुल पब्लिशिंग हाउस, प्रभात प्रकाशन, राजपाल ॲण्ड सन्स, पेंटागॉन प्रेस आणि सकाळ प्रकाशन इत्यादी प्रमुख प्रकाशन संस्थांद्वारे प्रकाशित केली गेली आहेत.

हे पुस्तक वाचल्यानंतर आपला अभिप्राय कृपया या पत्त्यावर अवश्य पाठवा.

Tej Gyan Global Foundation

Pimpri Colony Post Office, P. O. Box 25, Pune - 411 017. Maharashtra (India).

तेजज्ञान फाउंडेशन परिचय

तेजज्ञान फाउंडेशन हा आत्मविकासातून आत्मसाक्षात्कार प्राप्त करण्याचा एक प्रभावी मार्ग आहे. यासाठी सरश्रींद्वारा एक अनोखी बोधप्रणाली (System for Wisdom) निर्माण करण्यात आली आहे. या प्रणालीला आंतरराष्ट्रीय प्रमाणपत्र ISO 9001:2015चे निकष पडताळून आणि त्यांच्या मार्गदर्शक सूचनांनुसार सरळ, व्यावहारिक आणि प्रभावी बनवले गेले आहे.

या संस्थेच्या प्रबोधनपद्धतीच्या भिन्नभिन्न पैलूंना (शिक्षण, निरीक्षण आणि गुणवत्ता) स्वतंत्र गुणवत्ता परीक्षकांद्वारे (Quality Auditors) क्रमबद्ध पद्धतीने पडताळले गेले आणि त्यानंतर या पैलूंना ISO 9001:2015साठी पात्र समजून या बोधपद्धतीला हे प्रमाणपत्र प्रदान करण्यात आले आहे.

या फाउंडेशनचे उद्दिष्ट आहे आपणास नकारात्मक विचारांकडून सकारात्मक विचारांकडे अग्रेसर करणे. सकारात्मक विचारांकडून शुभ विचारांकडे म्हणजे हॅपी थॉट्सकडे (विधायक आणि आनंदी विचारांकडे) प्रगती. शुभ विचारांकडून निर्विचार अवस्थेकडे मार्गक्रमण आणि निर्विचार अवस्थेच्या अंती आत्मसाक्षात्कार प्राप्ती शक्य आहे. 'मी सर्व विचारांपासून मुक्त व्हावे' हा विचार म्हणजे शुभ विचार (हॅपी थॉट्स) आणि 'मी सर्व इच्छंतून मुक्त व्हावे', अशी इच्छा म्हणजे शुभ इच्छा.

तेजज्ञान म्हणजे ज्ञान व अज्ञान या दोहोंच्या पलीकडचे ज्ञान. पुष्कळ लोक सामान्य ज्ञानाच्या (General Knowledge) माहितीलाच ज्ञान मानतात; परंतु अस्सल ज्ञान आणि नुसती माहिती यांत फार मोठे अंतर आहे. आजमितीला लोक सामान्य ज्ञानाच्या उत्तरांनाच जास्त महत्त्व देतात. अशा ज्ञानाचे विषय म्हणजे कर्म आणि भाग्य, योग आणि प्राणायाम, स्वर्ग आणि नरक इत्यादी. आजच्या युगात सामान्य ज्ञान प्राप्त करणारे लोक, आणि असा उपदेश करणारे शिक्षक मोठ्या

प्रमाणावर आहेत; परंतु अशा ज्ञानाच्या प्राप्तीने जीवनात काही महत्त्वाचे परिवर्तन घडून येत नाही. असे ज्ञान म्हणजे केवळ बुद्धिविलास आहे किंवा अध्यात्माच्या नावावर चाललेला बुद्धीचा व्यायाम आहे.

सर्व समस्यांवरील उपाय आहे तेजज्ञान. क्रोध, चिंता आणि भय यांपासून मुक्त जीवन म्हणजे तेजज्ञान. शारीरिक, मानसिक, सामाजिक, आर्थिक आणि आध्यात्मिक प्रगतीचा, सर्वांगीण प्रगतीचा मार्ग आहे तेजज्ञान. तेजज्ञान आपल्या अंतरंगात आहे. इथे या आणि या गोष्टीचा अनुभव घ्या.

आपल्याला आता असे ज्ञान हवे आहे, जे सामान्य ज्ञानापलीकडे आहे, जे प्रत्येक समस्येवरील उत्तर आहे, जे सर्व प्रकारच्या गृहीत धारणांपासून आपल्याला मुक्त करते, ईश्वरी साक्षात्कार घडवते, जे आपणास अंतिम सत्यात स्थापित करते. आता वेळ आली आहे शाब्दिक सामान्य ज्ञानातून बाहेर पडून तेजज्ञानाचा अनुभव घेण्याची!

आजवर जपतप, तंत्र-मंत्र, कर्म-भाग्य, ध्यान-ज्ञान, योग-भक्ती असे अनेक मार्ग अध्यात्मात सांगितले गेले आहेत. या सर्व मार्गांनी प्राप्त होणारी अंतिम समज, अंतिम ज्ञान, बोध एकच आहे. अंतिम सत्याच्या जिज्ञासूला, साधकाला शेवटी जी एकच 'समज' प्राप्त होते, ती 'समज' श्रवणानेसुद्धा प्राप्त होऊ शकते. अशा समजप्राप्तीसाठी श्रवण करणे यालाच तेजज्ञान प्राप्त करणे म्हटले गेले आहे. तेजज्ञानाच्या श्रवणाने सत्याचा साक्षात्कार घडतो, ईश्वरी अनुभव मिळतो. हेच तेजज्ञान सरश्री महाआसमानी शिबिरात प्रदान करतात.

महाआसमानी परमज्ञान शिबिर (निवासी)
परिचय आणि लाभ

तुम्हांला सर्वोच्च आनंद हवा आहे? असा आनंद, जो कोणत्याही बाह्य कारणावर अवलंबून नाही... जो प्रत्येक क्षणी वृद्धिंगत होतो. या जीवनात तुम्हांला प्रेम, विश्वास, शांती, समृद्धी आणि परमसंतुष्टी हवी आहे का? शारीरिक, मानसिक, सामाजिक, आर्थिक आणि आध्यात्मिक अशा आयुष्याच्या सर्व स्तरांवर यशस्वी होण्याची तुमची इच्छा आहे का? 'मी कोण आहे' हे तुम्हांला अनुभवाने जाणावेसे वाटते का?

तुमच्या अंतर्यामी अशा सर्व प्रश्नांची उत्तरे जाणण्याची इच्छा आणि 'अंतिम सत्य' प्राप्त करण्याची तृष्णा असेल, तर तेजज्ञान फाउंडेशनतर्फे आयोजित 'महाआसमानी परमज्ञान शिबिरा'त तुमचे स्वागत आहे. हे शिबिर आजच्या युगातील आध्यात्मिक गुरू सरश्री यांच्या मार्गदर्शनावर आधारित आहे. सरश्री आजच्या लोकभाषेत अत्यंत सहजपणे आध्यात्मिक समज प्रदान करतात.

महाआसमानी परमज्ञान शिबिराचा उद्देश

विश्वातील प्रत्येक मनुष्याने 'मी कोण आहे', या प्रश्नाचे उत्तर जाणून तो सर्वोच्च आनंदाच्या अवस्थेत स्थापित व्हावा, हाच या शिबिराचा मुख्य उद्देश आहे. प्रत्येकाला असे ज्ञान प्राप्त व्हावे, जेणेकरून त्याने प्रत्येक क्षणी वर्तमानात जगण्याची कला आत्मसात करावी. तो भूतकाळाचे ओझे आणि भविष्याची चिंता यांतून मुक्त व्हावा. प्रत्येकाच्या आयुष्यात कधीही न संपणारा आनंद आणि योग्य समज यावी. शिवाय, प्रत्येकाने समस्या विलीन करण्याची कला आत्मसात करावी. थोडक्यात, मनुष्यजन्माचा उद्देश सफल व्हावा, हाच या शिबिराचा उद्देश आहे.

'मी कोण आहे? मी इथे का आहे? मोक्ष म्हणजे काय? या जन्मातच मोक्षप्राप्ती शक्य आहे का?' असे प्रश्न जर तुमच्या मनात असतील, तर त्यांवरील उत्तर आहे – 'महाआसमानी परमज्ञान शिबिर'.

महाआसमानी परमज्ञान शिबिराचे मुख्य लाभ

वास्तविक या शिबिराचे लाभ तर असंख्य आहेत; पण त्यांपैकी मुख्य लाभ पुढीलप्रमाणे :

- जीवनात शक्तिशाली ध्येय निश्चित होते.
- 'मी कोण आहे' हे अनुभवाने जाणता येते (सेल्फ रियलायजेशन).
- मनाचे सर्व विकार विलीन होतात.
- भय, चिंता, क्रोध, बोरडम, मोह, तणाव या नकारात्मक बाबींतून मुक्ती मिळते.
- प्रेम, आनंद, मौन, समृद्धी, संतुष्टी, विश्वास अशा दिव्य गुणांशी युती होते.
- साधे, सरळ पण शक्तिशाली जीवन जगता येते.
- प्रत्येक समस्येचे निराकरण करण्याची कला प्राप्त होते.
- 'प्रत्येक क्षण वर्तमानात जगणे' हा तुमचा स्वभाव बनतो.
- आपल्यातील सर्व सकारात्मक शक्यता खुलतात.
- याच जीवनात मोक्षप्राप्ती होते.

महाआसमानी परमज्ञान शिबिरात सहभागी कसे व्हाल?

या शिबिरात सहभागी होण्यासाठी तुम्हांला पुढील बाबींची पूर्तता करायची आहे :

१. तुमचे वय कमीत कमी अठरा किंवा त्यापेक्षा अधिक असायला हवे.

२. सर्वप्रथम तुम्हांला 'सत्य-स्थापना' (फाउंडेशन ट्रुथ रिट्रीट) शिबिरात सहभागी व्हावे लागेल. या शिबिरात, तुम्ही प्रामुख्याने दोन बाबी शिकाल : प्रत्येक क्षण वर्तमानात जगण्याची कला कशी आत्मसात करावी आणि निर्विचार अवस्था कशी प्राप्त करावी.

३. प्राथमिक स्तरावर तुम्हांला काही प्रवचने ऐकायची असून, त्यातून तुम्ही मूलभूत समज आत्मसात कराल आणि महाआसमानी परमज्ञान शिबिरात प्रवेश करण्यासाठी तयार व्हाल.

हे शिबिर साधारणपणे एक-दोन महिन्यांच्या अंतराने आयोजित केले जाते. यात हजारो सत्यशोधक सहभागी होतात. या शिबिराची पूर्वतयारी तुम्ही दोन पद्धतीने करू शकता. पहिल्या पद्धतीत पुणे येथील मनन आश्रमात पाच दिवसीय

शिबिरात भाग घेऊ शकता. दुसऱ्या पद्धतीत तेजज्ञान फाउंडेशनच्या नजीकच्या सेंटरवर जाऊन सत्यश्रवणाद्वारेही करू शकता.

महाराष्ट्रात अहमदनगर, सातारा, औरंगाबाद, नाशिक, नागपूर, वर्धा, अमरावती, चंद्रपूर, यवतमाळ, कोल्हापूर, सांगली, रत्नागिरी, लातूर, बीड, नांदेड, परभणी, पनवेल, मुंबई, ठाणे, सोलापूर, पंढरपूर, जळगाव, अकोला, बुलढाणा, धुळे, भुसावळ आणि महाराष्ट्राबाहेर सुरत, अहमदाबाद, बडोदा, नवी दिल्ली, बंगळुरू, बेळगाव, धारवाड, रायपूर, भुवनेश्वर, कोलकाता, रांची, लखनौ, कानपूर, चंदीगढ, जयपूर, चेन्नई, पणजी, म्हापसा, भोपाळ, इंदोर, इटारसी, हरदा, विदिशा, बऱ्हाणपूर या ठिकाणी महाआसमानी परमज्ञान शिबिराची पूर्वतयारी करू शकता.

तेजज्ञान फाउंडेशनमध्ये उपलब्ध असणाऱ्या सरश्री लिखित पुस्तकांचे वाचन करून तुम्ही या शिबिराची पूर्वतयारी करू शकता. याशिवाय, तुम्ही टीव्ही, रेडिओ किंवा यू-ट्युबवरील सरश्रींच्या प्रवचनांचा लाभही घेऊ शकता. मात्र, एक गोष्ट लक्षात घ्या, पुस्तकांतील ज्ञान, टीव्ही, रेडिओ आणि यू-ट्युब यांवरील प्रवचने म्हणजे 'तेजज्ञानाची तोंडओळख' आहे; 'संपूर्ण तेजज्ञान' मुळीच नाही. तुम्ही महाआसमानी परमज्ञान शिबिरात सहभागी होऊनच तेजज्ञानाचा आनंद घेऊ शकता. तेव्हा आगामी महाआसमानी परमज्ञान शिबिरात सहभागी होण्यासाठी आजच संपर्क करा : ०९९२१० ०८०६०/ ७५, ९०११० १३२०८

महाआसमानी परमज्ञान शिबिरस्थान

हे शिबिर पुण्यातील मनन आश्रम इथे आयोजित केले जाते. इथे तुमच्या निवासाची आणि भोजनाची व्यवस्था केली जाते. तुम्हांला काही शारीरिक व्याधी असतील आणि त्यासाठी तुम्ही नियमितपणे औषधे घेत असाल, तर शिबिरात येताना ती सोबत बाळगावीत. शिवाय, वातावरणानुसार गरम कपडे, स्वेटर, ब्लँकेटही आणावे.

पुणे शहरापासून १७ किलोमीटर अंतरावर निसर्गरम्य परिसरात मनन आश्रम वसलेला आहे. आश्रमात महिला आणि पुरुष यांच्या निवासाची स्वतंत्र व्यवस्था असून, इथे जवळपास ८०० लोकांच्या राहण्याची व्यवस्था आहे. आपण हवाईमार्ग, हायवे किंवा रेल्वे अशा कोणत्याही मार्गाने पुण्यात येऊ शकता.

मनन आश्रम

मनन आश्रम, पुणे, सर्व्हे नं. ४३, सणसनगर, नांदोशी गाव, किरकटवाडी फाटा, तालुका हवेली, जिल्हा पुणे ४११ ०२४. फोन : ०९९२१० ०८०६०

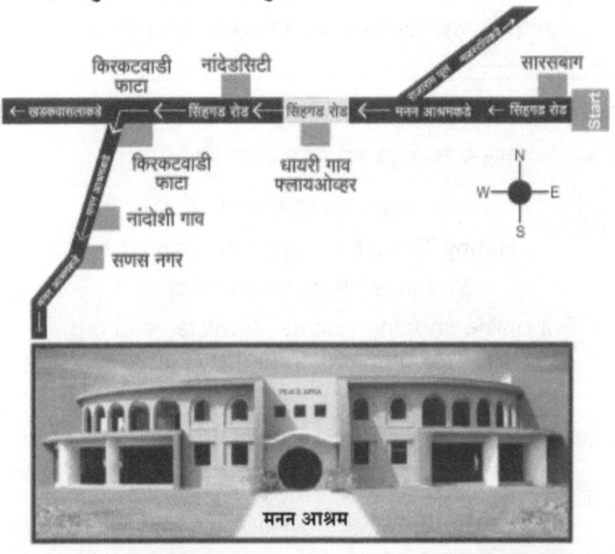

सर्वांसाठी आनंदाची बातमी

महाआसमानी परमज्ञान शिबिर आता ऑनलाइन

हे शिबिर तीन भागांत घेतले जाते :

१) बुनियादी सत्य शिबिर २) ब्राईट रिस्पॉन्सिबिलिटी शिबिर

३) महाआसमानी शिबिर

ठिकाण : आपले घर

अधिक माहितीसाठी संपर्क साधा :

+ ९१ ९९२१० ०८०६०, + ९१ ९९२१० ०८०७५

Visit also www.tejgyan.org

Registration link : https://www.tejgyanglobal.org/mareg

तेजज्ञान फाउंडेशनच्या मुख्य शाखा

- **पुणे सेंटर : (रजिस्टर्ड पत्ता)**
  विक्रांत कॉम्प्लेक्स, तपोवन मंदिराजवळ, पिंपरी, पुणे ४११ ०१७
  दूरध्वनी : ०२०-२७४१ १२४०, २७४१ २५७६
- मनन आश्रम, पुणे : सर्व्हे क्रमांक ४३, सणसनगर, नांदोशी गाव,
  किरकटवाडी फाटा, तालुका हवेली, जिल्हा पुणे ४११ ०२४
  भ्रमणध्वनी : ०९९२१० ०८०६०

e-books

English

- The Source ● Celebrating Relationships
- Everything is a Game of Beliefs ● The Miracle Mind
- Who am I now ● Beyond Life ● The Power of Present
- Freedom from Fear Worry Anger ● Light of grace
- The Source of Health and many more

Marathi

- Vichar Niyam ● Savayee Badalanyache Yashasvi Marg
- Vishwas Niyam ● Aanandi Manasathi
- Dhairya Asel Tar Vichar Karun Bagha ● Adi Shankaracharya
- Murti Puja Karavi Ki Karu Naye ● Prabhavi samvad kasa sadhal
- Icchashakti-will powercha chamatkar
- Sukhi Jeevanache Password ● 2 Mahan Avatar
- Bhiticha Samna Kasa Karava ● Dhyan Niyam
- Swasthya Praptisathi VicharNiyam ● Swa-Sanwad Ek Jadu
- Kshamechi Jadu ● Shodh Swatacha ● Vigyan Manache
- Prarthana Beej ● Swasthya Trikon
- Samay Niyojanache Niyam and many more

Other E books available at www.gethappythoughts.org

Voice of Happy Thoughts App

Registration link : https://happythoughts.co/

Contact No. : 74477 97317

Free apps : U R Meditation & Tejgyan Internet Radio on all platforms like Android, iPhone, iPad and Amazon

e-mail : mail@tejgyan.com

Website
www.tejgyan.org, www.gethappythoughts.org

१. **आध्यात्मिक विकास साधण्यासाठी या पुस्तकांचा अवश्य लाभ घ्यावा :**
   - जीवनाची दोन टोकं : ध्यान आणि धन
   - रामायण वनवास रहस्य
   - संत ज्ञानेश्वर : समाधीरहस्य आणि जीवनचरित्र
   - अंतर्मनाच्या शक्तीपलीकडील आत्मबळ
   - मृत्यू उपरांत जीवन : मृत्यू मोका की धोका?
   - क्षमेची जादू : क्षमेचे सामर्थ्य जाणा, सर्व दुःखांपासून मुक्त व्हा
   - प्रेमनियम : प्लास्टिक प्रेमातून मुक्ती
   - धर्मयोग : स्वभाव हाच धर्म

२. **स्व–विकासासाठी या पुस्तकांचा लाभ घ्यावा :**
   - विचारनियम : आपल्या यशाचे रहस्य
   - विकासनियम : आत्मसंतुष्टीचे रहस्य
   - परिवारासाठी विचार नियम : हॅपी फॅमिलीची सात सूत्र
   - आळसावर मात : उत्साही जीवनाची सुरुवात
   - स्वसंवाद एक जादू : आपला रिमोट कंट्रोल कसा प्राप्त करावा?
   - आत्मविश्वास आणि आत्मबळ : यशाचे शिखर गाठणारे पंख
   - साहसी जीवन कसं जगाल : अशक्य कार्य शक्य कसं कराल?
   - समग्र लोकव्यवहार : मैत्री आणि नातं निभावण्याची कला
   - अपयशावर मात : क्षमताप्राप्तीचे रहस्य
   - कसा कराल स्वतःचा विकास आणि प्रशिक्षण : आत्मविकासाची सात पावलं

३. **युवकांनी या पुस्तकांचा लाभ घ्यावा :**
   - आजच्या युवा पिढीसाठी : विचार नियम फॉर यूथ
   - नींव नाइन्टी फॉर टीन्स : बेस्ट कसे बनाल?
   - श्रीरामांकडून काय शिकाल : नवरामायण फॉर टीन्स

४. **या पुस्तकांद्वारे प्रत्येक समस्येचे समाधान प्राप्त करा**
   - स्वास्थ्यप्राप्तीसाठी विचारनियम : मनःशक्तीद्वारे निरामय आरोग्य मिळवा
   - स्वीकाराची जादू : त्वरित आनंद कसा प्राप्त करावा?
   - भय, चिंता आणि क्रोध यांपासून मुक्ती

५. **या आध्यात्मिक कादंबऱ्यांद्वारे जीवनाचे गूढ रहस्य जाणा**
   - योग्य कर्मांद्वारे यशप्राप्ती : सन ऑफ बुद्धा
   - शोध स्वतःचा : In Search of Peace
   - पृथ्वीलक्ष्य : मृत्यूचे महासत्य
   - दुःखात खूश राहण्याची कला : संवाद गीता

www.ingramcontent.com/pod-product-compliance
Lightning Source LLC
Chambersburg PA
CBHW051454130726
47987CB00005B/2306